பகவத்கீதை

(பாரதியின் முன்னுரையுடன்)

தமிழில்

மகாகவி சி. சுப்பிரமணிய பாரதி

சத்யா

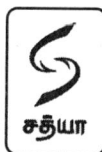

Title:
Bhagavad geethai
Mahakavi
C. Subiramaniya Bharathiyar

ISBN: 978-93-92474-72-9
Title Code : Sathyaa - 067

நூல் தலைப்பு
பகவத்கீதை

நூல் ஆசிரியர்
மகாகவி சி. சுப்பிரமணிய பாரதி

முதற்பதிப்பு
மே 2024

விலை : ₹ 170

பக்கம் : 133

Printed in India

Published by

Sathyaa Enterprises
No.137, First Floor,
Choolaimedu,
Chennai - 600 094.
044 - 4507 4203

Email
sathyaabooks@gmail.com

உள்ளே...

	பாரதியின் முன்னுரை	4
1.	அர்ஜுன விஷாத யோகம்	37
2.	ஸாங்கிய யோகம்	43
3.	கர்மயோகம்	52
4.	ஞான கர்ம சந்யாச யோகம்	58
5.	சந்யாச யோகம்	64
6.	தியான யோகம்	68
7.	ஞான விஞ்ஞான யோகம்	74
8.	அக்ஷர பிரஹ்ம யோகம்	78
9.	ராஜ வித்யா ராஜ ரஹஸ்ய யோகம்	82
10.	விபூதி யோகம்	87
11.	விசுவரூப தரிசனம்	92
12.	பக்தி யோகம்	100
13.	க்ஷேத்ர க்ஷேத்ரக்ஞ விபாக யோகம்	103
14.	குணத்ரய விபாக யோகம்	108
15.	புருஷோத்தம யோகம்	112
16.	தெய்வாசுர ஸம்பத் விபாக யோகம்	116
17.	சிரத்தாத்ரய விபாக யோகம்	120
18.	மோக்ஷ சந்யாச யோகம்	124

முன்னுரை

1

"**பு**த்தியிலே சார்பு எய்தியவன், இங்கு நற்செய்கை, தீச்செய்கை இரண்டையும் துறந்து விடுகின்றான். ஆதலால் யோக நெறியிலே பொருந்துக. யோகம் செயல்களிலே திறமையாம் (கீதை, 2 ஆம் அத்தியாயம், 50 ஆம் சுலோகம்)

இஃதே கீதையில் பகவான் செய்யும் உபதேசத்துக்கெல்லாம் அடிப்படையாம். புத்தியிலே சார்பு எய்தலாவது, அறிவை முற்றிலுந் தெளிவாக மாசுமறுவின்றி வைத்திருத்தல். தெளிந்த புத்தியே மேற்படி சுலோகத்திலே புத்தி என்று சொல்லப்படுகிறது. அறிவைத் தெளிவாக நிறுத்திக் கொள்ளுதலாவது யாதென்றால், கவலை நினைப்புக்களும் அவற்றுக்குக்காதாரமான பாவ நினைப்புகளுமின்றி அறிவை இயற்கை நிலைபெறத் திருத்துதல்.

"நீங்கள் குழந்தைகளைப் போலானாலன்றி, மோக்ஷ ராஜ்யத்தை எய்த மாட்டீர்கள்" என்று ஏசு கிறிஸ்து சொல்லியதும் இதே கருத்துக் கொண்டு தான்.

"குழந்தைகளைப் போலாகி விடுங்கள் என்றால், உங்களுடைய லௌகிக அனுபவங்களையெல்லாம் மறந்து விடுங்கள்; நீங்கள் படித்த படிப்பையெல்லாம் இழந்துவிடுங்கள்; மறுபடி சிசுக்களைப் போலவே தாய்ப்பால் குடிக்கவும், மழலைச் சொற்கள் பேசவுந் தொடங்குங்கள்" என்பது கொள்கையன்று. ஹிருதயத்தைக் குழந்தைகளின் ஹிருதயம் போல நிஷ்களங்கமாகவும் சுத்தமாகவும் வைத்துக் கொள்ளுங்கள் என்பது கருத்து.

ஹிருதயம் தெளிந்தாலன்றி புத்தி தெளியாது. ஹிருதயத்தில் பரிபூரண மான சுத்த நிலை ஏற்படும் வரை, புத்தி இடையிடேயே தெளிந்தாலும், மீண்டும் மீண்டும் குழம்பிப் போய்விடும்.

ஹிருதயம் சுத்தமானால், தெளிந்த புத்தி தோன்றும். பகவான் சொல்லுகிறார் : "அந்த அறிவுத் தெளிவிலே நிலைபெற்று நில், அர்ஜுனா" என. அப்போது நீ செய்யும் செய்கை யாதாயினும் அது நற்செய்கையாகும். நீ ஒன்றும் செய்யாதே மனம் போனபடியிருப்பின் அஃதும் நன்றாம். நீ நற்செய்கை, தீச்செய்கை என்ற பேதத்தை மறந்து உனக்கு இஷ்டப்படி எது வேண்டுமாயினும் செய்யலாம். ஏனென்றால், நீ செய்வதெல்லாம் நன்றாகவே முடியும். உனக்குப் புத்தி தெளிந்து விட்டதன்றோ? புத்தி தெளிவற்ற இடத்தே, உனக்குத் தீயன செய்தல் ஸாத்தியப்படாது. ஆதலால், நீ நல்லது தீயது கருதாமல் மனம் போனபடியெல்லாம் வேலை செய்யலாம்.

இனி, இங்ஙனம் உரை கொள்ளாதபடி,"நற்செய்கை, தீச்செய்கை, அதாவது எல்லாவிதமான செய்கையையுந் துறந்து விட்டு, அர்ஜுனா, நீ எப்போதும், தூங்கிக்கொண்டேயிரு" என்று கடவுள் உபதேசம் பண்ணியதாகக் கருதுதல் வெறும் மடமையைத் தவிர வேறொன்று மில்லை.

ஏனென்றால், கடவுளே மேலே மூன்றாம் அத்தியாத்தில் பின்வருமாறு சொல்லுகிறார் : "மேலும், எவனும் ஒரு க்ஷணமேனும் செய்கையின்றி ருத்தல் இயலாது. எல்லா உயிர்களும், இயற்கையில் தோன்றும் குணங்களால் தமது வசமின்றியே தொழிலில் பூட்டப்படுகின்றன" என.

ஆதலால், மனிதன் தொழில் செய்துதான் தீரவேண்டும். எப்போதும் தூங்கக் கும்பகர்ணனாலே கூட இயலாது. அவனுக்கும் கூட ஆறு மாத

காலம் விழிப்பு உண்டு. ஆனால், நீ தொழில் செய்யுமிடத்தே, அதில் ஏற்படும் கஷ்ட நஷ்டங்களுக்கு மனமுடைந்து, ஓயாமல் துன்பப்பட்டுக் கொண்டே தொழில் செய்யாதே. ஸ்ரீ பகவான் சொல்லுகிறார் : "அர்ஜுனா, உனக்குத் தொழில் செய்யத்தான் அதிகாரமுண்டு, பயன்களில் உனக்கு எவ்வித அதிகாரமும் எப்போதுமில்லை" என.

ஆதலால், கடவுள் சொல்லுகிறார் : "கர்மத்தின் பயனிலே பற்றுத லின்றித் தான் செய்ய வேண்டிய தொழிலை எவன் செய்கிறானோ, அவன் துறவி; அவனே யோகி" என்று.

அறிவுத் தெளிவைத் தவறவிடாதே. பின் ஓயாமல் தொழில் செய்து கொண்டிரு. நீ எது செய்தாலும் அது நல்லதாகவே முடியும். நீ சும்மா இருந்தாலும், அப்போது உன் மனம் தனக்குத்தான் ஏதேனும் நன்மை செய்து கொண்டேயிருக்கும். உடம்பினால் செய்யப்படும் தொழில் மாத்திரமே தொழிலன்று. மனத்தால் செய்யப்படும் தொழிலும் தொழிலேயாம். ஜபம் தொழில் இல்லையா? படிப்பு தொழில் இல்லையா? மனனம் தொழில் இல்லையா? சாஸ்திரங்களெல்லாம், கவிதைகளெல்லாம், நாடகங்களெல்லாம், சட்டங்களெல்லாம், வேதங் களெல்லாம், புராணங்களெல்லாம், கதைகளெல்லாம், காவியங்க ளெல்லாம் தொழில்கள் அல்லவா? இவையெல்லாம் உடம்பாற் செய்வதன்றி மனத்தாற் செய்யப்படுவன அன்றோ?

அறிவுத் தெளிவைக் கலங்க விடாதே.

அப்பால், யோகம் பண்ணு. எதன் பொருட்டெனில், "யோகமே செய்கையில் திறமையாவது" என்று ஸ்ரீ கிருஷ்ணன் சொல்லுகிறார்.

தொழிலுக்குத் தன்னைத் தகுதியுடையவனாகச் செய்து கொள்வதே யோகம் எனப்படும்.

யோகமாவது சமத்துவம். "ஸமத்வம் யோக உச்யதே." அதாவது, பிறிதொரு பொருளைக் கவனிக்குமிடத்து அப்போது மனத்தில் எவ்விதமான சஞ்சலமேனும், சலிப்பேனும், பயமேனும் இன்றி, அதை ஆழ்த்து, மனம் முழுவதையும் அதனுடன் லயப்படுத்திக் கவனிப்ப தாகிய பயிற்சி.

நீ ஒரு பொருளுடன் உறவாடும்போது, உன் மனம் முழுதும் அப் பொருளின் வடிவாக மாறிவிட வேண்டும். அப்போதுதான் அந்தப் பொருளை நீ நன்றாக அறிந்தவனாவாய்.

"யோகஸ்த: குரு கர்மாணி" என்று கடவுள் சொல்லுகிறார். "யோகத்தில் நின்று தொழில்களைச் செய்".

யோகி தன் அறிவைக் கடவுளின் அறிவுபோல விசாலப்படுத்திக் கொள்ளுதல் இயலும். ஏனென்றால், ஊன்றிக் கவனிக்கும் வழக்கம் அவனுக்குத் தெளிவாக அர்த்தமாய் விடுகிறது. ஆதலால் அவனுடைய அறிவு தெய்வீகமான விசாலத் தன்மை பெற்று விளங்குகிறது. அவனுடைய அறிவுக்கு வரம்பே கிடையாது. எனவே, அவன் எங்கும் கடவுள் இருப்பதை காண்கிறான்.

2

வேதத்தின் கொள்கைகளை விளக்கும் பொருட்டாகவே பகவத் கீதை செய்யப்பட்டது. ரிக் வேதத்திலுள்ள புருஷ ஸூக்தம் சொல்லுகிறது, "இஃதெல்லாம் கடவுள்" என்று. இக்கருத்தையொட்டியே கீதையிலும் பகவான், "எவன் எல்லாப் பொருள்களிலும் ஆத்மாவையும், ஆத்மாவில் எல்லாப் பொருள்களையும் பார்க்கிறானோ அவனே காட்சி யுடையான்" என்கிறார்.

நீயும் கடவுள், நீ செய்யும் செயல்களெல்லாம் கடவுளுடைய செயல்கள், நீ பந்தத்தில் பிறப்பதும் கடவுளுடைய செயல். மேன்மேலும் பல தளைகளை உனக்கு நீயே பூட்டிக் கொள்வதும் கடவுளுடைய செயல். நீ முக்தி பெறுவதும் கடவுளுடைய செயல்.

"ஆனால் நான் எதற்காக தளை நீங்கும்படி பாடுபடவேண்டும்? எல்லாம் கடவுளுடைய செய்கையாய் இருக்கும் போது முக்தியடையும் படி நான் ஏன் முயற்சி செய்ய வேண்டும்?" என்று ஒருவன் கேட்பானாயின், அதற்கு நாம் கேட்கிறோம் : "முக்தியாவது யாது?"

எல்லாத் துயரங்களும் எல்லா அம்சங்களும் எல்லாக் கவலைகளும் நீங்கி நிற்கும் நிலையே முக்தி. அதனை எய்த வேண்டுமென்ற விருப்பம் உனக்குண்டாயின், நீ அதற்குரிய முயற்சி செய். இல்லாவிட்டால், துன்பங்களிலே கிடந்து ஓயாமல் உழன்று கொண்டிரு. உன்னை யார் தடுக்கிறார்கள்? ஆனால், நீ எவ்விதச் செய்கை செய்த போதிலும், அது உன்னுடைய செய்கையில்லை. கடவுளுடைய செய்கை என்பதை அறிந்து கொண்டு செய். அதனால் உனக்கு நன்மை விளையும் என்று சாஸ்திரம் சொல்லுகிறது.

ஸர்வம் விஷ்ணு மயம் ஜகத் என்பது ஸநாதன தர்மத்தின் சித்தாந்தம். எல்லாம் கடவுள் மயம், எல்லாத் தோற்றங்களும், எல்லா வடிவங்களும், எல்லா உருவங்களும், எல்லாக் காட்சிகளும், எல்லாக் கோலங்களும், எல்லா நிலைமைகளும், எல்லா உயிர்களும், எல்லாப் பொருள்களும், எல்லா சக்திகளும், எல்லா நிகழ்ச்சிகளும், எல்லாச் செயல்களும் எல்லாம் ஈசன் மயம். (ஆதலால், எல்லாம் ஒன்றுக் கொன்று சமானம்.) **ஈசாவஸ்தம் இதன் ஸர்வம் யத் கிஞ்ச ஜகத்யாம் ஜகத்** என்று "ஈசாவாஸ்யோப நிஷத்" சொல்லுகிறது. அதாவது : "இவ்வுலகத்தில் நிகழ்வது யாதாயினும் அது கடவுள் மயமானது" என்று பொருள்படும்.

இந்தக் கருத்தையே ஸ்ரீ கிருஷ்ணன் பகவத் கீதையில், "இவ்வுலகனைத்திலும் நிரம்பிக் கிடக்கும் கடவுள் அழிவில்லாதது என்று உணர்" என்று சொல்லுகிறார்.

எனவே எல்லாம் கடவுள் மயமாய், எல்லாச் செயல்களும் கடவுளின் செயலாக நிற்கும் உலகத்தில், எவனும் கவலைப்படுதலும், துயர்ப்படு தலும் அறியாமையன்றோ?

"எல்லாம் சிவன் செயல்" என்றால், பின் எதற்கும் நான் ஏன் வருத்தப்பட வேண்டும்? "இட்டமுடன் என் தலையிலே இன்னபடியென்றெழுதி விட்ட சிவன் செத்துவிட்டானோ?"

நக்ஷத்திரங்களெல்லாம் கடவுள் வலிமையால் சுழல்கின்றன. திரிலோகங் களும் அவனுடைய சக்கரத்தில் ஆடுகின்றன. நீ அவன், உன் மனம், உன் மனத்தின் நினைப்புகள் எல்லாம் அவனே. "ஸர்வம் விஷ்ணுமயம் ஜகத்" - அங்ஙனமாக, மானுடா, நீ ஏன் வீணாகப் பொறுப்பைச் சுமக் கிறாய்? பொறுப்பையெல்லாம் தொப்பென்று கீழே போட்டு விட்டு, சந்தோஷமாக உன்னால் இயன்ற தொழிலைச் செய்து கொண்டிரு. எது எப்படியானால் உனக்கென்ன? நீயா இவ்வுலகத்தைப் படைத்தாய்? உலகமென்னும் போது உன்னைத் தவிர்ந்த மற்ற உலகத்தையெல்லாம் கணக்கிடாதே. நீ உட்பட்ட உலகத்தை, உனக்கு முந்தியே உன் பூர்வ காரணமாக நின்று உன்னை ஆக்கி வளர்த்துத் துடைக்கும் உலகத்தை, மானுடா, நீயா படைத்தாய்? நீயா இதை நடத்துகிறாய்? உன்னைக் கேட்டா நக்ஷத்திரங்கள் நடக்கின்றன? உன்னைக் கேட்டா நீ பிறந்தாய்? எந்த விஷயத்துக்கும் நீ ஏன் பொறுப்பை வகித்துக் கொள்கிறாய்?"

3

கடவுள் சொல்லுகிறார் : "லோபமும் பயமும் சினமும் அழிந்து, என் மயமாய், என்னைச் சார்ந்தோராய், ஞானத்தவத்தால் தூய்மை பெற்றோர் பலர் எனது தன்மை எய்தியுள்ளார்" (கீதை 4 ஆம் அத்தியாயம், 10 ம் சுலோகம்) இந்த சுலோகத்தில் ஒருவன் இகலோகத் திலேயே ஜீவன் முக்தி பெற்று ஈசுவரத் தன்மையடைதற்குரிய உபாயம் பகவானால் குறிப்பிடப்பட்டிருக்கிறது. "ஞானத்தைக் கடைப்பிடி. அதனையே தவமாகக் கொண்டொழுகு. சினத்தை விடு. என்னையே சரணமாகக் கொண்டு என்னுடன் லயித்திரு. நீ எனது தன்மை பெறுவாய்" என்று கடவுள் சொல்லுகிறார்.

"எல்லாச் செயல்களையும் கடவுளக்கென்று சமர்ப்பித்து விட்டுப் பற்றுதல் நீக்கி எவன் தொழில் செய்கிறானோ அவனைப் பாவம் தீண்டு வதில்லை. தாமரையிலை மீது நீர் போலே." (கீதை, 5 ஆம் அத்தியாயம், 10ஆம் சுலோகம்)

சால நல்ல செய்தியன்றோ, மானுடர்காள், இஃது உங்களுக்கு! பாவத்தை செய்யாமலிருக்கும் வழி தெரியாமல் தவிக்கும் மானுடரே! உங்களுக்கு இந்த சுலோகத்தில் நல்வழி காட்டியிருக்கின்றான் கடவுள். ஈசனைக் கருதி, அவன் செயலென்றும், அவன் பொருட்டாகாச் செயல்படுவதென்றும் நன்கு தெளிவெய்தி, நீங்கள் எத்தொழிலைச் செய்யப் புகுந்தாலும், அதில் பாவம் ஒட்டாது. தாமரையிலை மீது நீர் தங்காமல் நழுவி ஓடிவிடுவது போல் உங்கள் மதியைப் பாவம் கவர்ந்து நிற்கும் வலியற்றதாய் உங்களை விட்டு நழுவியோடிப் போய்விடும்.

4

"**ம**னிதனுக்குச் சொந்தமாக ஒரு செய்கையும் கிடையாது. செய்யுந் திறமையும் அவனுக்குக் கடவுள் ஏற்படுத்தவில்லை. கர்மப்பயனை அவன் எய்துவதுமில்லை. எல்லாம் இயற்கையின் படி நடக்கிறது." (கீதை, 5 ஆம் அத்தியாயம், 14 ஆம் சுலோகம்)

எனவே, அவன் செய்கைகளில் எவ்விதப் பொறாமையும் சஞ்சலமும் எய்த வேண்டா. தன் செயல்களுக்கு இடையூறாக நிற்குமென்ற எண்ணத்தால், அவன் பிற உயிர்களுடன் முரண்படுதலும் வேண்டா.

"கல்வியும் விநயமுமுடைய அந்தணனிடத்திலும், மாட்டினிடத்திலும், யானையினிடத்திலும், நாயினிடத்திலும், அதையுண்ணும் சண்டாளனிடத்திலும் அறிஞர் சமமான பார்வையுடையோர்" (5 ஆம் அத்தியாயம், 18 ஆம் சுலோகம்) என்று பகவான் சொல்லுகிறார்.

எனவே, கண்ணபிரான் மனிதருக்குள் ஜாதி வேற்றுமையும், அறிவு வேற்றுமையும் பார்க்கக் கூடாதென்பது மட்டுமேயன்றி எல்லா உயிர்களுக்குள்ளேயும் எவ்வித வேற்றுமையும் பாராதிருத்தலே ஞானிகளுக்கு லக்ஷணமென்று சொல்லுகிறார்.

எல்லாம் கடவுள் மயம் அன்றோ? எவ்வுயிரிலும் விஷ்ணுதானே நிரம்பியிருக்கிறான்? ஸர்வ மிதம் ப்ரஹ்ம, பாம்பும் நாராயணன், நரியும் நாராயணன். பார்ப்பானும் கடவுளின் ரூபம், பறையனும் கடவுளின் ரூபம், இப்படியிருக்க ஒரு ஜந்து மற்றொரு ஜந்துவை எக்காரணம் பற்றியும் தாழ்வாக நினைத்தல் அஞ்ஞானத்துக்கு லக்ஷணம். அவ்விதமான ஏற்றத் தாழ்வு பற்றிய நினைவுகளுடையோர் எக்காலத்தும் துக்களிலிருந்து நிவர்த்தியடைய மாட்டார். வேற்றுமையுள்ள இடத்தில் பயமுண்டு, ஆபத்துண்டு, மரணமுண்டு. எல்லா வேற்றுமைகளும் நீங்கி நிற்பதே ஞானம். அதுவே முக்திக்கு வழி.

5

பகவத் கீதை தர்ம சாஸ்திரமென்று மாத்திரமே பலர் நினைக்கின்றார்கள். அதாவது, மனிதனை நன்கு தொழில்புரியும்படி தூண்டிவிடுவதே அதன் நோக்கமென்று பலர் கருதுகிறார்கள். இது சரியான கருத்தன்று. அது முக்கியமான மோக்ஷ சாஸ்திரம். மனிதன் சர்வ துக்கங்களிலிருந்தும் விடுபடும் வழியைப் போதித்தலே இந்நூலின் முதற்கருத்து. ஏனென்றால், தொழில் இன்றியமையாதது. அங்ஙனமிருக்க, அதனைச் செய்தல் மோக்ஷ மார்க்கத்துக்கு விரோதமென்று பல வாதிகள் கருதலாயினர். அவர்களைத் தெளிவிக்கும் பொருட்டாகவே, கண்ணபிரான் கீதையில், முக்கியமாக மூன்றாம் அத்தியாயத்திலும், பொதுப்படையாக எல்லா அத்தியாயங்களிலும், திரும்பத் திரும்பத் "தொழில் செய், தொழில் செய்" என்று போதிக்கின்றார். இதனின்றும், அதனை வெறுமே, தொழில் நூல் என்று பலர் கணித்து விட்டார்கள்.

இங்குத் தொழில் செய்யும்படி தூண்டியிருப்பது முக்கியமன்று. அதனை

என்ன நிலையிலிருந்து, என்ன மாதிரிச் செய்ய வேண்டுமென்று பகவான் காட்டியிருப்பதே மிக மிக முக்கியமாகக் கொள்ளத்தக்கது.

பற்று நீக்கித் தொழில் செய், பற்று நீக்கி, பற்று நீக்கி, பற்று நீக்கி, பற்று நீக்கி - இது தான் முக்கியமான பாடம். தொழில்தான் நீ செய்து தீர வேண்டியதாயிற்றே? நீ விரும்பினாலும் விரும்பாவிடினும் இயற்கை உன்னை வற்புறுத்தித் தொழிலில் மூட்டுவதாயிற்றே? எனவே அதை மீட்டும் சொல்வது கீதையின் முக்கிய நோக்கமன்று. தொழிலின் வலைகளில் மாட்டிக் கொள்ளாதே. அவற்றால் இடர்ப்படாதே. அவற்றால் பந்தப் படாதே. தளைப்படாதே - இதுதான் முக்கியமான உபதேசம். எல்லாவிதமான பற்றுகளையுங் களைந்துவிட்டு, மனச் சோர்வுக்கும், கவலைக்கும், கலக்கத்துக்கும், பயத்துக்கும் இவை யனைத்திலுங் கொடியதாகிய ஐயத்துக்கும் இடங்கொடாதிரு. "ஸம்சயாத்மா விநச்யதி" - ஐயமுற்றோன் அழிவான் என்று கண்ணபிரான் சொல்லுகின்றான்.

"ஆத்மாவுக்கு நாசத்தை விளைவிப்பதாகிய நரகத்தின் வாயில் மூன்று வகைப்படும். அதாவது காமம், குரோதம், கோபம். ஆதலால் இம்மூன்றையும் விட்டு விடுக." இவற்றுள் கவலையையும் பயத்தையும் அறவே விட்டுவிட வேண்டும். இந்த விஷயத்தை பகவத் கீதை சுமார் நூறு சுலோகங்களில் மீண்டும் மீண்டும் உபதேசிக்கிறது. அதற்கு உபாயம் கடவுளை நம்புதல், கடவுளை முற்றிலும் உண்மையாகத் தமது உள்ளத்தில் வெற்றியுற நிறுத்தினாலன்றி, உள்ளத்தைக் கவலையும் பயமும் அரித்துக் கொண்டுதான் இருக்கும். கோபமும் காமமும் அதனை வெதுப்பிக் கொண்டுதானிருக்கும். அதனால் மனிதன் நாச மடையத்தான் செய்வான்.

6

"பொலிக, பொலிக, பொலிக, போயிற்று வல்லுயிர்ச் சாபம், நலியும் நரகமும் நைந்த நமனுக்கு யாதொன்றுமில்லை; கலியுங்கெடும், கண்டு கொண்மின்" என்று நம்மாழ்வார் திருவாய் மொழியிற் கூறிய நம்பிக்கையை உள்ளத்தில் நிலைநிறுத்திக் கொள்ள வேண்டும். இதற்குப் பக்திதான் சாதனம். பக்தியாவது, "ஈசன் நம்மைக் கைவிட மாட்டான்" என்ற உறுதியான நம்பிக்கை.

> வையகத்துக் கில்லை மனமே, யுனக்குநலஞ்
> செய்யக் கருதியது செப்புவேன் – பொய்யில்லை
> எல்லா மளிக்கும் இறை நமையுங் காக்குமென்ற
> சொல்லா லழியுந் துயர்

இவ்விஷயத்தைக் குறித்து ஸ்ரீ பகவான் பின்வருமாறு திருவாய் மலர்ந்தருளியிருக்கிறான்.

"எல்லா ரகஸ்யங்களிலும் மேலான பெரிய ரகஸ்யமாகிய என் இறுதி வசனத்தை உனக்கு மீட்டுமொருமுறை சொல்லுகிறேன், கேள். நீ எனக்கு மிகவும் இஷ்டனானதால், உனக்கு நன்மை சொல்லுகிறேன்" (கீதை 18-ஆம் அத்தியாயம், 64 - ஆம் சுலோகம்)

"எல்லாக் கடமைகளையும் பரித்யாகம் பண்ணிவிட்டு என்னையே சரண் புகு. நான் உன்னை எல்லாப் பாவங்களினின்றும் விடுவிக்கிறேன். துயரப்படாதே." (கீதை 18 - ஆம் அத்தியாயம், 66 ஆம் சுலோகம்)

நதியினுள்ளே விழுந்துவிட்ட ஒருவன் இரண்டு கையையும் தூக்கி விடுவதுபோல, சம்ஸார வெள்ளத்தில் விழுந்த ஒவ்வொருவனும் இரண்டு கைகளையும் தூக்கிக்கொண்டு (அதாவது, எவ்விதப் பொறுப்புமின்றி எல்லாப் பொறுப்புகளும் ஈசனுக்கென்று துறந்து விட்டு) கடவுளைச் சரண்புக வேண்டும் என்று ஸ்ரீ ராமாநுஜாசாரியர் உபதேசம் புரிந்தனர்.

பிரகலாதன் சரித்திரத்திலும், திரௌபதி துகிலுரியும் கதையிலும் இந்த உண்மையே கூறப்பட்டிருக்கிறது. இடுப்பு வஸ்திரத்தில் அவள் வைத்திருந்த இடது கையையும் விட்டுவிட்டு இரண்டு கைகளையும் தூக்கி முடிமீது குவித்துக்கொண்ட பிறகுதான், கண்ணபிரான் அருளால் திரௌபதிக்கு மானபங்கம் நேராமல், அவளுடைய ஆடை மேன் மேலும் வளர்ச்சி பெறத் துச்சாதனன் கைசோர்ந்து வீழ்ந்தான். இக்கருத்தைப் பிள்ளைப் பெருமாள் ஐயங்கார்,

> மெய்த்தவளச் சங்கெடுத்தான் மேகலை
> விட்டங் கைத்தலை
> வைத்தவளச் சங்கெடுத்தான் வாழ்வு

என்ற வரிகளில் மிகவும் அழகாகச் சொல்லியிருக்கிறார். "உண்மை யாகிய வெண் சங்கைத் தரித்தவன் பாஞ்சாலி தன் கைகளை மேகலை யினின்றும் எடுத்த முடிமீது வைத்த போதில் அவளுடைய அச்சத்தைக்

கெடுத்தவன் ஆகிய திருமாலுக்கு வாழ்விடம்" (திருவேங்கடமலை) என்பது அவ்வரிகளின் பொருளாம்.

சொற்றுணை வேதியன் சோதி வானவன்
பொற்றுணை திருந்தடி பொருந்தக் கைதொழக்
கற்றுணைப் பூட்டியோர் கடலிற் பாய்ச்சினும்
நற்றுணை யாவது நமச்சிவாயவே

என்று நாவுக்கரசரின் உறுதி சான்ற சொற்களும் பரமபக்தியின் இலக்கணத்தைக் குறிப்பவனவாம். "தம்மை ஒரு சுற்றாணுடன் சேர்த்துக் கட்டிக் கடலுக்குள் வீழ்த்திய போதிலும் தமக்கு நம்புவதற் குரிய துணை நமச்சிவாய (சிவனைப் பணிகிறேன்) என்ற மந்திரமல்லது வேறில்லை" என்று திருநாவுக்கரசர் சொல்லுகிறார்.

இனி, "இன்பத்தையும் துன்பத்தையும் ஒன்றாகக் கருதுதல்" அவசிய மென்கையில், அப்போது கடவுளை நம்புவதெதன் பொருட்டு? கடவுள் நம்மை அச்சந்தீர்த்துக் காப்பானென்று எதிர்ப்பார்ப்பது எதன் பொருட்டு? நமக்குத் தீங்கு நேர்ந்தாலும், நன்மை நேர்ந்தாலும், வாழ்வு நேர்ந்தாலும், மரணம் நேர்ந்தாலும் - எல்லாம் கடவுள் செயலாகையிலே நாம் எல்லாவற்றையும் சமமாகக் கருத வேண்டு மென்று பகவத் கீதை சொல்லுகையிலே, நமக்குக் கடவுள் துணை எதன் பொருட்டு? "நம்மைக் கற்றாணுடன் வலியக் கட்டி யாரேனும் கடலுள் வீழ்த்தினால், நாம் இதுவும் கடவுள் செயலென்று கருதி அப்படியே மூழ்கி இறந்து விடுதல் பொருந்துமன்றி, நமச்சிவாய, நமச்சிவாய என்று கூறி நம்மைக் காத்துக்கொள்ள ஏன் முயல வேண்டும்?" என்று சிலர் ஆக்ஷேபிக்கலாம்.

இந்த ஆக்ஷேபம் தவறானது. எங்ஙனமெனில், சொல்லுகிறேன். முந்திய கர்மங்களால் நமக்கு விளையும் நன்மை தீமைகளைச் சமமாகக் கருதி நாம் மனச்சஞ்லத்தை விட்டுக் கடவுளை நம்பினால், அப்போது கடவுள் நம்மைச் சில வலிய சோதனைகளுக்கு உட்படுத்துகிறார். அந்தச் சோதனைகளில் நாம் மனஞ்சோர்ந்து கடவுளிடம் நம்பிக்கையை இழந்து விடாமல் இருப்போமாயின், அப்போது நமக்குள் ஈசனே வந்து குடிபுகுகிறான். அப்பால் நமக்குத் துன்பங்களே நேர்வதில்லை. ஆபத்துக்கள் நம்மை அணுகா. மரணம் நம்மை அணுகாது. எல்லா விதமான ஐயுறவுகளும், கவலைகளும், துயரங்களும், தாமாகவே நம்மை விட்டு நழுவிவிடுகின்றன. இந்த உலகத்திலே நாம் விண்ண

வரின் வாழ்க்கை பெற்று நித்தியானந்தத்தை அனுபவிக்கிறோம்.

மேலும், எல்லாவற்றையும் ஞானி சமமாகக் கருதவேண்டுமென்ற இடத்தில், அவன் மனித வாழ்க்கைக்குரிய விதிகளையெல்லாம் அறவே மறந்து போய்ப் பித்தனாய் விடவேண்டுமென்பது கருத்தன்று.

ஒரு குழந்தையைக் கொல்வதும், சிவ பூஜை செய்வதும் இரண்டும் கடவுளுக்கு ஒரே மாதிரிதான். அவன் எல்லா இயக்கங்களும், எல்லாச் செயல்களும் தன் வடிவமாக உடையவன். எனினும், மனித விதிப்படி சிசுஹத்தி பாவமென்பதையும், சிவபூஜை புண்ணியமென்பதையும் கண்ணபிரான் மறுக்கவில்லை. மனிதன் எல்லாத் துன்பங்களினின்றும் விடுபட்டும், என்றும் மாறாத பேரின்பத்தை நுகர விரும்புகின்றான். அதற்குரிய வழிகளையே கீதை காண்பிக்கிறது. கஷ்ட, நஷ்டங்களை நாம் மனோ தைரியத்தாலும், தெய்வ பக்தியாலும் பொறுத்துக் கொள்ள வேண்டும். ஆனால், நாம் மனமாரப் பிறருக்குக் கஷ்டமேனும், நஷ்டமேனும் விளைவிக்கக் கூடாது. உலகத்துக்கு நன்மை செய்து கொண்டே யிருக்க வேண்டும். தன்னுயிரைப்போல் மன்னுயிரைப் பேண வேண்டும். நாம் உலகப் பயன்களை விரும்பாமல், நித்திய சுகத்தில் ஆழ்ந்திய பின்னரும், நாம் உலகத்தாருக்கு நல்வழி காட்டும் பொருட்டுப் புண்ணியச் செயல்களையே செய்து கொண்டிருக்க வேண்டுமென்று பகவான் கீதையில் உபதேசிக்கிறான்.

மேலும், நமக்கே துன்பங்கள் நம்மை மீறி எய்தும்போது நாம் அவற்றைப் பொறுத்துக் கொள்ள வேண்டும் என்பதே நன்மையையுந் தீமையையும் நிகராகக் கருதவேண்டுமென்ற உபதேசத்தின் கருத்தாகு மல்லாது, ஒரேயடியாக ஒருவன் தனக்கு மிகவும் இனிய காதலியை மருவும் இன்பத்துக்கும் தீராத க்ஷயரோகத்தால் நேரும் துன்பத்துக்கும் யாதொரு வேற்றுமையுந் தெரியாமல் புத்தி மண்ணாய் விட வேண்டு மென்பது அவ்வுபதேசத்தின் கருத்தன்று. ஏனென்றால், சாதாரண புத்தி யிருக்கும் வரை ஒருவன் காதலின்பத்துக்கும் க்ஷயரோகத் துன்பத்துக்கும் இடையேயுள்ள வேற்றுமை உணராதிருத்தல் சாத்தியமன்று. ஆத்ம ஞானமெய்தியதால் ஒருவன் சாதாரண புத்தியை இழந்து விடுவா னென்று நினைப்பது தவறு.

க்ஷயரோகம் நேரும்போது சாமன்ய மனிதன் மனமுடைந்து போய்த் தன்னை எளிதாகவும் அந்நோயை வலிதாகவும் கருதி, ஆசையிழந்து

நாளடைவில் மேன்மேலும் தன்னை அந்த நோய்க்கிரையாகிக் கொண்டு, க்ஷயரோகி என்று தனக்கொரு பட்டஞ் சூட்டிக் கொண்டு வருந்தி மடிவதுபோல் ஞானி செய்ய மாட்டான். ஞானி அத்தகைய நோய், ஏதேனும் பூர்வ கர்ம வசத்தால் தோன்றுமாயின், உடனே கடவுளின் பாதத்தைத் துணையென்று நம்பித் தன் ஞானத் தீயால் எரித்துத் தள்ளி விடுவான்.

"ஞானாக்நிஸ் ஸர்வ கர்மாணி பஸ்மஸாத் குருதே"

"ஞானத்தீ எல்லா வினைகளையும் சாம்பலாக்குகிறது. கடவுளிடம் தீராத நம்பிக்கை செலுத்த வேண்டும். கடவுள் நம்மை உலகமாச் சூழ்ந்து நிற்கிறான். நாமாகவும் அவனே விளங்குகிறான். அசு வாயிலாவேனும் புற வாயிலாலேனும் நமக்கு எவ்வகை துயரமும் விளைக்க மாட்டான். ஏன்? நாம் எல்லா வாயில்களாலும் அவனைச் சரண் புகுந்து விட்டோமாதலின்.

அவனன்றி ஓரணுவு மசையாது. அவன் நமக்குத் தீங்கு செய்ய மாட்டான். தீங்கு செய்யவல்லான் அல்லன். ஏன்? நாம் அவனை முழுவதும் நம்பிவிட்டோ மாதலின்.

"கடவுளை நம்பினோர் கைவிடப்படார்" இதுவே பக்தி.

அந்தக் கடவுள் எத்தன்மையுடையான்? எல்லா அறிவும், எல்லா இயக்கமும், எல்லாப் பொருளும், எல்லா வடிவமும் எல்லாம் தானேயாகி நிற்பான்.

அவனை நம்பினார் செய்யத் தக்கது யாது? எதற்கும் துயரப்படாதிருத்தல். எதற்கும் கலவைப்படாதிருத்தல். எதனிலும் ஐயுறவு பூணாதிருத்தல்.

"**ஸம்சயாத்மா விநச்யதி**" - ஐயமுடையோன் அழிவான், நம்பினவன் மோக்ஷமடைவான்.

7

"**கு**ந்தியின் மகனே, சீதளம், உஷ்ணம், இன்பம், துன்பம் என்பன வற்றைத் தரும் இயற்கையின் தீண்டுதல்கள் வந்து போகும் இயல் புடையன. அநித்யமாயின; அவற்றைப் பொறுத்துக் கொள், பாரதா!" (பகவத் கீதை,2 ஆம் அத்தியாயம், 14 ஆம் சுலோகம்)

"ஆண் காளையே! இவை எந்த மனிதனைத் துன்புறுத்த மாட்டாவோ, இன்பத்தையும் துன்பத்தையும் நிகராகக் கருதும் அந்தத் தீரன் சாகாதிருக்கத் தகுவான்" (மேற்படி 15-ஆம் சுலோகம்)

இஃதே பகவத் கீதையின் சிகரம்.

சாகாதிருத்தல், மண் மீது மாளாமல் மார்க்கண்டேயன் போல் வாழ்தல், இதுவே கீதையின் ரஸம்.

அமரத்தன்மை. இஃதே வேத ரகஸ்யம்.

இந்த வழியைக் காட்டுவது பற்றியே வேதங்கள் இத்தனை மதிக்கப்படுகின்றன.

இறந்து போன ஜீவன் முக்தர்கள் யாவரும் ஜீவன் முக்தியை எய்திய பின் அந்த நிலையினின்றும் வழுவியவர்களாகவே கருதப்படல் வேண்டும். நித்திய ஜீவிகளாய் மண்மேல் அமரரைப் போல் வாழ்வாரே நித்திய ஜீவன் முக்தராவர். அத்தகைய நிலையை இந்த உலகில் அடைதல் சாத்தியமென்று மேற்கூரிய இரண்டு சுலோகங்களிலே கடவுள் போதித்திருக்கிறார். அதற்கு உபாயமும் அவரே குறிப்பிட்டிருக்கிறார். குளிர் - வெம்மை, இன்பம் - துன்பம் எனும் இவற்றை விளைக்கும் இயற்கையின் அனுபவங்கள், தெய்வ கிருபையால் சாசுவதமல்ல. அநித்தியமானவை. தோன்றி மறையும் இயல்புடையன. ஆதலால் இவற்றைக் கண்டவிடத்தே நெஞ்சமிளகுதலும் நெஞ்சுடைந்து மடிதலும் சால மிகப் பேதமையாமன்றோ? ஆதலால் இவற்றைக் கருதி எவனும் மனத்துயரப் படுதல் வேண்டா. அங்ஙனம் துயரப்படாதிருக்கக் கற்பான் சாகாமலிருக்கத் தகுவான். இஃது ஸ்ரீ கிருஷ்ணனுடை கொள்கை. இதுவே அவருடைய உபதேசத்தின் சாராம்சம். பகவத் கீதையின் நூற்பயன். எனவே பகவத் கீதை அமிர்த சாஸ்திரம்.

8

"**அ**மிர்த சாஸ்திரம்" - அதாவது சாகாமலிருக்க வழி கற்றுக் கொடுக்கும் சாஸ்திரமாகிய பகவத் கீதையைச் சிலர் கொலை நூலாகப் பாவனை செய்கிறார்கள். துரியோதனாதிகளைக் கொல்லும்படி அர்ஜுனனைத் தூண்டுவதற்காகவே, இந்தப் பதினெட்டு அத்தியாயமும் கண்ணபிரானால் கூறப்பட்டனவாதலால், இது கொலைக்குத் தூண்டுவதையே தனி நோக்கமாகவுடைய நூலென்று சிலர் பேசுகிறார்கள். கொலை செய்யச் சொல்ல வந்த இடத்தே, இத்ததை

வேதாந்தமும், இத்தனை சத்வ குணமும், இத்ததை துக்க நிவர்த்தியும் இத்தனை சாகாதிருக்க வழியும் பேசப்படுவதென்னே என்பதை அச்சில மூடர் கருதுகின்றனர்.

துரியோதனாதியர் காமக் குரோதங்கள். அர்ஜுனன் ஜீவாத்மா. ஸ்ரீ கிருஷ்ணன் பரமாத்மா. இந்த ரகசியம் அறியாதவருக்குப் பகவத் கீதை ஒருபோதும் அர்த்தமாகாது.

க்ஷத்திரிய அரசர் படித்துப் பயன்பெறச் செய்ய வேண்டுமென்பதே இந்த நூலில் விசேஷ நோக்கம். பூ மண்டலத்தாரனைவருக்கும் பொதுமை யாகவே விடுதலைக்குரிய வழிகளை உணர்த்த வேண்டுமென்று கருதி எழுதப்பட்டதே பகவத் கீதை. இதில் ஐயமில்லை. எனினும், இந்த நூல் க்ஷத்திரிய மன்னருக்கு விசேஷமாக உரியது. இது அவர்களுக்குள்ளேயே அதிகமாக வழங்கி வந்தது. வேதங்கள், எப்படி உலகத்துக்கெல்லாம் பொதுவே ஆயினும், பிராமணர்களுக்கு விசேஷமாக உரியனவோ அதுபோலே புராணங்கள் க்ஷத்திரியர்களுக்கு உரியன.

மேலும் கீதையைச் சொன்னவன் ராஜா; கேட்டவன் ராஜா.

ஆதலால் க்ஷத்திரிய அரசருக்கு இதில் ரஸம் உண்டாகும் பொருட்டாக இது போர்க்களத்தை முகவுரையாகக் கொண்ட மகா அற்புத நாடகத் தொடக்கத்துடன் ஆரம்பிக்கிறது. இஃது, இந்நூல் ஞான சாஸ்திரங் களில் முதன்மைப்பட்டிருப்பதுபோல், காவிய வரிசையிலும் மிக உயர்ந்த தென்பதற்குச் சான்றாகும்.

ஆனால், அதிலிருந்து இது ஞான சாஸ்திரமேயில்லையென்று மறுக்கும் மூடர், முகவுரையை மாத்திரமே வாசித்துப் பார்த்தார்களென்று தோன்றுகிறது.

"முகவுரையில் மாத்திரமன்று, நூலின் நடுவிலும், இடையிடையே, "**தஸ்மாத் யுத்யஸ்வ பாரத**" - ஆதலால், பாரதா, போர் செய் என்ற பல்லவி வந்து கொண்டேயிருக்கின்றதன்றோ?" என்று கூறிச் சிலர் ஆக்ஷேபிக்கலாம். அதற்குத்தான் மேலேயே கீதா ரகசியத்தின் ஆதார ரகசியத்தை எடுத்துச் சொன்னேன். அதனை, இங்கு மீண்டும் சொல்லு கிறேன். துரியோதனாதிகள் - காமம், குரோதம், சோம்பர், மடமை, மறதி, கவலை, துயரம், ஐயம் முதலிய பாவ சிந்தனைகள். அர்ஜுனன் ஜீவாத்மா. ஸ்ரீ கிருஷ்ணன் பரமாத்மா.

9

இந்த ரகசியம் உனக்கு எங்ஙனம் தெரிந்ததென்று கேட்பீர்களாயின், சொல்கிறேன்.

கண்ணனை நோக்கி அர்ஜுனன் சொல்லுகிறான்:

"நீ வாயு:, நீ சந்திரன்; நீ வருணன்; நீ அனைத்திற்கும் பிதா; பிதாமகன்" (கீதை 11-ஆம் அத்தியாயம், 39-ஆம் சுலோகம்)

கண்ணன் சொல்லுகிறான்: மறுபடியும், பெருந்தோளுடையாய், எனது பரம வசனத்தைக் கேட்பாய். என் அன்புக்குரிய நினக்கு நலத்தைக் கருதி அதனைச் சொல்லுகிறேன். (கீதை 10-ஆம் அத்தியாயம், முதல் சுலோகம்)

"நான் உலகத்தின் பெரிய கடவுள். பிறப்பற்றவன், தொடக்கமில்லாதவன், இங்ஙனம் என்னை அறிவான் மனிதருக்குள்ளே மயக்கந் தீர்ந்தான். அவன் எல்லாப் பாவங்களினின்றும் விடுபடுகிறான்" (கீதை 10-ஆம் அத்தியாயம், 3-ஆம் சுலோகம்)

எனவே, கீதையில் கேட்பான் சொல்வான் என்ற இரு திறத்தினரும் ஸ்ரீ கிருஷ்ணன் பரமாத்மா என்பதை வற்புறுத்துகிறார்கள்.

ஸ்ரீ கிருஷ்ணன் பரமாத்மா என்ற மாத்திரத்திலே அர்ஜுனன் ஜீவாத்மா என்பதும் துரியோதனாதியர் காமக் குரோதிகளென்பதும் சாஸ்திரப் பயிற்சியும் காவியப் பயிற்சியும் உடையோரால் எளிதில் ஊகித்துக் கொள்ளத்தக்கனவாம்.

"பிரபோத சந்திரிகை" என்ற ஒரு நாடக நூல் இருக்கிறது. அதில் விவேகன் என்ற ராஜன் உலோகாயதன், பௌத்தன் முதலியவர்களுடனே யுத்தம் செய்து வென்றதாகக் கூறப்பட்டிருக்கிறது. வேதாந்த சாஸ்திரப் பயிற்சியில்லாத ஒரு குழந்தை அந்த நூலைப் பார்த்துவிட்டு, அதாவது, முன்பின் பாராமலே நடுவிலே மாத்திரம் பார்த்துவிட்டு, மேற்படி யுத்தம் எந்த வருஷத்தில் நடந்ததென்றும், அதில் இரு திறத்திலும் எத்தனை உயிர்கள் மடிந்தனவென்றும் கேட்கப் புகுவது போல், சிலர் துரியோதனாதியரைக் கொல்லும் புறப் பொருளிலே கீதையின் உபதேசத்தைக் கொள்ளுகின்றனர்.

ஹிந்துக்களாலே ஹிந்து தர்மத்தின் மூன்று ஆதார நீதிகளாகக் கருதப்படும் பிரஸ்தான திரவியங்களாகிய உபநிஷத், பகவத் கீதை, வேதாந்த சூத்திரம் - என்பவற்றுள் கீதை இரண்டாவதென்பதை இந்தச் சில மூடர் மறந்து விடுகின்றனர். இதற்கு - அதாவது, பகவத் கீதைக்கு சங்கரர், ராமானுஜாசாரியார், மத்வாசாரியார் என்ற மூன்று மத ஸ்தாபகாசாரியரும் வியாக்கியானமெழுதி, இதனை ஹிந்து தர்மத்தின் ஆதாரக் கற்களில் ஒன்றாக நாட்டியிருக்கிறார்கள் என்பதை இந்த மூடர் அறிகின்றிலர். கொலைக்குத் தூண்டும் நூலென்றுக்கு சங்கராச்சாரியார் பாஷ்யம் எழுதுவதென்றால், அஃது எத்தனை விநோதமாக இருக்கு மென்பதைக் கருதித் தம்மைத் தாமே நகைக்குந் திறமையிலர்.

கொலை எவ்வளவு தூரம்! பகவத்பாத சங்கராசாரியார் எவ்வளவு தூரம்!

மேலும், நாம் மேலே கூறியபடி, பகவத் கீதையைக் கொலை நூலென்று வாதாடுவோர், அதில் முகவுரை மாத்திரம் படித்தவர்களேயன்றி, நூலின் உட்பகுதியில் நுழைந்து பார்த்தவரல்லர் என்பதில் சந்தேக மில்லை.

ஈசனைச் சரணாகதி அடைந்து இகலோகத்தில் மோக்ஷ சாம்ராஜ்யத்தை எய்தி நிகரற்ற ஆனந்தக் களியில் மூழ்கி வாழும்படி வழிகாட்டுவதே, பகவத் கீதையின் முக்கிய நோக்கம். ஆதலால் இஃது கர்ம சாஸ்திரம், இஃது பக்தி சாஸ்திரம், இஃது யோக சாஸ்திரம், இஃது ஞான சாஸ்திரம், இஃது மோக்ஷ சாஸ்திரம், இஃது அமரத்துவ சாஸ்திரம்.

10

இங்ஙனம் மோக்ஷத்தை அடைய விரும்புவோனுக்கு முக்கியமான சத்துரு - ஒரே சத்துரு - அவனுடைய சொந்த மனமேயாம். "தன்னைத் தான் வென்றவன் தனக்குத் தான் நண்பன், தன்னைத்தான் ஆளாதவன் தனக்குத் தான் பகைவன். இங்ஙனம் ஒருவன் தானே தனக்குப் பகைவன், தானே தனக்கு நண்பன்" என்று கடவுள் சொல்லுகிறார்.

தன்னைக் காட்டிலும் உயர்ந்த நட்பும் தனக்குப் பிறிதில்லை; தன்னை யொழியத் தனக்குப் பகையும் வேறு கிடையாது. ஒருவன் தனக்குத்தான் நட்பாகியபோது, உலக முழுதும் அவனுக்கு நட்பாய் விடுகிறது. அங்ஙனமின்றித் தான் கட்டியாளாமல் தனக்குத்தான் பகையாக நிற்போனுக்கு வையகமெல்லாம் பகையாகவே முடிகிறது. உள்ளப்

பகையே பகை, புறப்பகை பகையன்று. உள்ளப் பகையின் வெளித் தோற்றமே புறப் பகையாவது. உள்ளப் பகையை களைந்து விட்டால், புறப்பகை தானே நழுவிப் போய்விடும்.

புறத்தே எல்லாம் கடவுளாகப் போற்றத்தக்கது. உள்ளப் பகையாகிய அஞ்ஞானம் - அதாவது வேற்றுமை உணர்ச்சி - ஒன்று மாத்திரமே அழித்தற்குரியது.

வேற்றுமையுணர்ச்சியை நீக்கி, நம்மைச் சூழ நடைபெறும் செயல் களெல்லாம் ஈசன் செயல்களென்றும், தோன்றும் தோற்றங்களெல்லாம் ஈசனுடைய தோற்றங்களென்றும் தெரிந்து கொள்ளுமிடத்தே பய நாசம் உண்டாகிறது.

சொல்லடா ஹரியென்ற கடவு ளெங்கே ?
"சொல்"லென்று ஹிரண்யன்தான் உறுமிக் கேட்க
நல்லதொரு மகன் சொல்வான் "தூணி லுள்ளான்
நாராயணன் துரும்பினுள்ளா" னென்றான்
வல்லமைசேர் கடவுளிலா இடமொன் றில்லை;
மகாசக்தி யில்லாத வஸ்து இல்லை
அல்லலில்லை; அல்லலில்லை, அல்ல லில்லை,
அனைத்துமே தெய்வமென்றா லல்ல லுண்டோ ?

தன் மனமே தனக்குப் பகையென்பது பேதைமையன்றோ? எல்லாம் கடவுளாயின், என் மனமும் கடவுள் அன்றோ? அதனைப் பகைவனாகக் கருதுமாறென்னே? எனில் தன்னைத்தான் வென்று தனக்குத்தான் நன்மை செய்யும்போது, தன்னுடைய மனம் தனக்குத்தான் தன்மையுடை யதாகக் கருதிப் போற்றத்தக்கது. மற்றப்போது பகையாம்.

எல்லாம் கடவுளாயின், மனம் தீமை செய்யும்போது கடவுளாகு மன்றோ? "எப்பொருள் யாது செய்யுமோயினும் அப்பொருள் கடவுள், அதன் செய்கை கடவுளுடைய செய்கை யென்றும், விதி மாறா தன்றோ?" எனில் - அவ்விறை மெய்யே எனினும், லோகானுபவத்தில் மனம் நமக்குத் தீமை செய்கிறது. அதை வென்று நன்மை செய்யத் தக்கதாகப் புரிதல் சாத்தியம்.

அங்ஙனம் செய்யும் பொருட்டாகவே, சாஸ்திரங்களும், வேதங்களும் எண்ணிறந்தனவாகச் சமைக்கப்பட்டிருக்கின்றன.

மனம் துன்பமிழைப்பதையும், அதனால் உயிர்கள் கோடானு கோடியாக மடிவதையும் நாம் கண் முன்பு காணும்போது, அதை ஒரேயடியாக மறந்து விடுவதில் பயனில்லை.

மனம் இயற்கையாலும், தீய சகவாசத்தாலும் ஆத்மாவுக்குத் துன்ப மிழைத்தல் பிரத்தியக்ஷம். நல்ல கூட்டத்தாலும், நல்ல பயிற்சியாலும் அதனை உபகார வஸ்துவாகச் செய்தல் சாத்தியமென்பது யோகிகளின் சர்வ சாதாரண அனுபவம்.

எல்லாம் கடவுளுடைய செயலென்பது பொது உண்மை. பரம சத்தியம். ஆயினும் மனிதனுக்குத் துன்பமுண்டு, எல்லாம் கடவுளுடைய வடிவமென்பது பரம சத்தியம். எனினும், ஜீவர்கள் துயரப்படுவதைப் பிரத்தியக்ஷமாகக் காண்கிறோம்.

அதாவது, கடவுளுக்கு எல்லாம் ஒன்று போலவேயாம். எத்தனைக் கோடி உயிர்கள் வாழ்ந்தாலும், எத்தனைக் கோடி உயிர்கள் மடிந்தாலும், கடவுளுக்கு யாதொரு பேதமுமில்லை. அகண்ட கோடிகள் சிதறு கின்றன. பூகம்பமுண்டாகிச் சேதங்களாகின்றன.

சூரிய கோளங்கள் ஒன்றோடொன்று மோதித் தூளாகின்றன. இவை யனைத்தும் புதியன புதியனவாகத் தோன்றுகின்றன. கோடிப் பொருள்கள் -

கோடியா? ஒரு கோடியா? கோடி கோடியா? கோடி கோடி கோடிகோடி கோடி கோடி கோடி கோடி கோடி கோடி கோடி கோடியா? அன்று. அநந்தம். எண்ணத் தொலையாதன. எண்ணத் தொலையாத பொருள்கள் க்ஷணத்தோறும் தோன்றுகின்றன. எண்ணத் தொலையாத பொருள்கள் க்ஷணத்தோறும் மடிகின்றன. எல்லாம் கடவுளுக்கு ஒரே மாதிரி. சலித்தல் அவருடைய இயல்பு. அவருடைய சரீரமாகிய ஜகத் ஓயாமல் சுழன்று கொண்டிருத்தல் இயற்கை. இதனால் அவருக்கு அசைவில்லை. அவருக்கு அழிவில்லை.

கடவுள் எங்குமிருக்கிறார், எப்போதுமிருக்கிறார், யாதுமாவார். எனினும், தனி உயிருக்கு இன்பமும் துன்பமும் இருப்பதைக் காண்கி றோம். ஜீவர்கள் அஞ்ஞானத்திலேதான் துன்பங்களேற்படுத்திக் கொள்ளுகிறார்களென்பது மெய்யே. அவர்களுக்கு யதார்த்தத்தில் தீமைகளேனும் துன்பங்களேனும் இல்லை என்பது மெய்யே.

ஆனாலும், அந்த அஞ்ஞானம் ஒரு தீங்குதானே? அதைத் தொலைக்கத்தானே வேண்டும்? மனத்தைக் கட்டுதல், மனத்தை வெல்லுதல் என்பதெல்லாம் அஞ்ஞானத்தைத் தொலைத்தல் என்ற பொருளன்று வேறு பொருள் இலதாம்.

11

அஞ்ஞானமும் கடவுள் மயந்தானே? அதை ஏன் தொலைக்க வேண்டும்? என்று கேட்டால் நீ எல்லாம் கடவுள், ஞானமும் கடவுள், அஞ்ஞானமும் கடவுள் என்பதை உண்மையாகத் தெரிந்த அளவில் உன்னைப் பரம ஞானம் எய்திவிட்டது. உனது அஞ்ஞானமும் நீங்கிப் போய் விட்டது. அஞ்ஞானமும் அதனாலாகிய துன்பமும் கடவுள் மயம் என்பது மெய்யே எனில் பின்னர் அவை நீங்கி, நீ ஞானமும் இன்பமும் எய்தியும் கடவுள் செயலென்பதை மறந்து விடாதே. அவ்விடத்து அஞ்ஞானம் நீங்கியது பற்றி வருத்தப்படாதே.

12

கடவுளை உபாஸனை செய்தவற்குரிய வழி எங்ஙனமெனில், ஸ்ரீ கிருஷ்ணன் சொல்லுகிறார் : "நான் எல்லாவற்றுக்கும் பிதா, என்னிட மிருந்தே எல்லாம் இயங்குகிறது. இந்தக் கருத்துடையோரான அறிஞர் என்னை வழிபடுகிறார்கள்" *(கீதை 10 -ஆம் அத்தியாயம், 8 -ஆம் சுலோகம்)*

எந்த ஜந்துவுக்கும் இம்ஸை செய்வோர் உண்மையான பக்தராக மாட்டார். எந்த ஜீவனையும் பகைப்போர் கடவுளின் மெய்த்தொண்டர் ஆகார், எந்த ஜீவனையுங் கண்டு வெறுப்பெய்துவோர் ஈசனுடைய மெய்யன்பரென்று கருதத் தகார். மாமிச போஜனம் பண்ணுவோர் கடவுளுக்கு மெய்த்தொண்டராகார். மூட்டைப் பூச்சிகளையும் பேன் களையும் கொல்வோர் தெய்வ வதை செய்வோரேயாவார்.

அஹிம்ஸா பரமோ தர்ம : "கொல்லாமையே முக்கிய தர்மம்" என்பது ஹிந்து மதத்தின் முக்கியக் கொள்கைளில் ஒன்றாம். கொல்லாமையாகிய விரதத்தில் நில்லாதவன் செய்யும் பக்தி அவனை அமரத் தன்மையில் சேர்க்காது. மற்றோருயிரைக் கொலை செய்வோனு டைய உயிரைக் கடவுள் மன்னிக்க மாட்டார். இயற்கை கொலைக்குக் கொலை வாங்கவே செய்யும்.

இயற்கை விதியை அனுசரித்து வாழ வேண்டும். அதனால் எவ்விதமான தீமையும் எய்த மாட்டாது. எனவே, சாதாரண புத்தியே பரம மெய்ஞ்ஞானம். இதனை, ஆங்கிலேயர் 'common sense' என்பர். சுத்தமான மாசு படாத, கலங்காத, பிழை படாத சாதாரண அறிவே பரம மெய்ஞ்ஞானாகும்.

சாதாரண ஞானத்தைக் கைக்கொண்டு நடத்தலே எதிலும் எளிய வழியாம். சாதாரண ஞானமென்று சொல்லு மாத்திரத்தில் அது எல்லாருக்கும் பொதுவென்று விளங்குகிறது. ஆனால் சாதாரண ஞானத்தின்படி நடக்க எல்லாரும் பின் வாங்குகிறார்கள். சாதாரண ஞானத்தின்படி நடக்கவொட்டாமல் ஜீவர்களைக் காமக் குரோதாதிகள் தடுக்கின்றன. சாதாரண ஞானத்தில் தெளிவான கொள்கை யாதெனில், "நம்மை மற்றோர் நேசிக்க வேண்டுமென்றால், நாம் மற்றோரை நேசிக்க வேண்டுமென்பது." நேசத்தாலே நேசம் பிறக்கிறது. அன்பே அன்பை விளைவிக்கும்.

நாம் மற்ற உயிர்களிடம் செலுத்தும் அன்பைக் காட்டிலும் மற்ற உயிர்கள் அதிக அன்பு செலுத்த வேண்டுமென்று விரும்புதல் சகல ஜீவர்களின் இயற்கையாக இயல் பெற்று வருகிறது. இந்த வழக்கத்தை உடனே மாற்றிவிட வேண்டும். இதனால் மரணம் விளைகிறது.

நாம் மற்ற உயிர்களிடம் அன்பு செலுத்த வேண்டும். அதனால் உயிர் வளரும், அதாவது நமக்கு மேன்மேலும் ஜீவசக்தி வளர்ச்சி பெற்றுக் கொண்டு வரும். நம்மிடம் பிறர் அன்பு செலுத்த வேண்டுமென்று எதிர்பார்த்துக் கொண்டும், ஆனால் அதே காலத்தில் நாம் பிறருக்கு எப்போதும் மனத்தாலும் செயலாலும் தீங்கிழைத்து கொண்டும் இருப்போமாயின் - அதாவது பிறரை வெறுத்துக் கொண்டும், பகைத்துக் கொண்டும், சாபமிட்டுக் கொண்டும் இருப்போமாயின் நாம் அழிந்து விடுவோமென்பதில் ஐயமில்லை.

13

இனி, வேறு சிலர் பகவத் கீதையை சந்நியாச நூலென்று கருதுகிறார்கள். அதாவது பெண்டாட்டி பிள்ளைகளைத் துறந்து, தலையை மொட்டையிட்டுக் கொண்டு ஆண்டியாய்த் திரிவோருக்கு எழுதப்பட்ட நூலென்று நினைக்கிறார்கள். இதைக் காட்டிலும் ஆச்சரியமான தப்பிதம்

நாம் பார்த்ததே கிடையாது. கீதையைக் கேட்டவனும் சந்நியாசியல்லன், சொல்லியவனும் சந்நியாசியல்லன். இருவரும் பூமி யாளும் மன்னர். குடும்ப வாழ்விலிருந்தோர். "ஆகா! அஃதெப்படிச் சொல்லலாம்? அர்ஜுனன் ஜீவாத்மாவென்றும், கண்ணன் பரமாத்மா வென்றும் மேலே கூறிவிட்டு, இங்கு அவர்களை உலகத்து மன்னர் களாக விவரிப்பதற்கு நியாயமென்ன?" எனில் வேண்டா; அதனை விட்டுவிடுக.

பரமாத்மா ஜீவாத்மா இருவருமே உலக காரியங்களில் தளைப் பட்டுத் தானிருக்கிறார்கள். கீர்த்தி பெற்ற வங்க கவியாகிய ஸ்ரீமான் ரவீந்திரநாத் தாகூர் கடவுளை நோக்கி, "ஐயனே, நீயே சம்சார வலையில் அகப்பட்டிருக்கிறாயே? யான் இதினின்றும் விடுதலை வேண்டும் பேதைமையென்னே?" என்று பாடியிருக்கிறார். சம்சார விருத்திகள் கடவுளுடைய விருத்திகள் செயலெல்லாம் சிவன் செயல். அவனன்றி ஓரணுவுமசையா தெனும் பெரிய ஆப்த மொழியுண்டு கண்டீர்.

கீதையிலே பகவான் சொல்லுகிறான், "அர்ஜுனா! மூன்றுலகங்களிலும் இனிச் செய்ய வேண்டியதென மிஞ்சி நிற்கும் செய்கையொன்றும் எனக்குக் கிடையாது, அடையத் தக்கது, ஆனால், என்னால் அடையப் படாதது, எனவொரு பேதமில்லை. எனினும், நான் தொழில் செய்து கொண்டுதான் இருக்கிறேன்" என.

ஏனெனில், கடவுள் சொல்லுகிறான், "நான் தொழில் செய்யாது வாளா இருப்பின், உலகத்தில் எல்லா உயிர்களும் என் வழியையே பின்பற்றும். அதனால், இந்த உலகத்துக்கு அழிவு எய்தும். அந்த அழிவுக்கு நான் காரண பூதனாகும்படி நேரும். அது நேராதபடி நான் எப்போதும் தொழில் செய்து கொண்டேயிருக்கிறேன்" என.

கடவுள் ஓயாமல் தொழில் செய்து கொண்டிருக்கிறான். அவன் அண்டகோடிகளைப் படைத்த வண்ணமாகவும் காத்த வண்ணமாகவும் அழித்த வண்ணமாகவும் இருக்கிறான். இத்தனை வேலையும் ஒரு சோம்பேறிக் கடவுள் செய்ய முடியுமா? கடவுள் கர்ம யோகிகளிலே சிறந்தவன். அவன் ஜீவாத்மாவுக்கும் இடைவிடாத தொழிலை விதித் திருக்கிறான்; சம்சாரத்தை விதித்திருக்கிறான்; குடும்பத்தை விதித்திருக் கிறான்; மனைவி மக்களை விதித்திருக்கிறான்; சுற்றத்தாரையும் அயலாரையும் விதித்திருக்கிறான். நாட்டில் மனிதர் கூட்டுறவைத்

துறந்து ஒருவன் காட்டுக்குச் சென்ற மாத்திரத்திலே அங்கு அவனுக்கு உயிர்க் கூட்டத்தின் சூழல் இல்லாமற் போய்விட மாட்டாது. எண்ணற்ற விலங்குகளும், பறவைகளும், ஊர்வனவுமாகிய ஜீவர்களும், மரம், செடி, கொடிகளாகிய உயிர்ப் பொருள்களும் அவனைச் சூழ்ந்து நிற்கின்றன. சூழ மிருகங்களை வைத்துக் கொண்டு, அவற்றுடன் விவகரித்தல் மனிதக் கூட்டத்தினரிடையே இருந்து அதனுடன் விவகரிப்பதைக் காட்டிலும் எளிதென்றேனும் கவலைக் குறைவுக்கு இடமாவதென்றேனும் கருதுவோன் தவறாக யோசனை பண்ணுகிறான்.

மனிதர் எத்தனை கொடியோராயினும், மூடராயினும், புலி, கரடி, ஓநாய் நரிகளுடன் வாழ்வதைக் காட்டிலும் அவர்களிடையே வாழ் வதும் ஒருவனுக்கு அதிக நன்மை பயக்கத்தக்கது என்பதில் ஐயமில்லை. ஆனால், "கொடுங்கோல் மன்னர் வாழும் நாட்டிற் கடும்புலி வாழும் காடும் நன்றே" என்று முன்னோர் குறிப்பிட்டபடி, கடும்புலி வாழும் காட்டைக் காட்டிலும் நாட்டை ஒருவனுக்கு அதிக கஷ்டமாக்கக்கூடிய மனிதரும் இருக்கக் கூடுமென்பது மெய்யே. ஆனால் இந்நிலையைப் பொது விதியாகக் கருதலாகாது. பொது விதியை ஸ்தாபனம் செய்வ தாகிய விதிவிலக்கென்றே கருதத் தகும்.

கதையை வளர்த்துப் பயனில்லை. பெண்டு பிள்ளைகளைத் துறந்து விட்ட மாத்திரத்திலேயே ஒருவன் முக்திக்குத் தகுதியுடையவனாக மாட்டான். இஃதே ஸ்ரீபகவத் கீதையில் உபதேசிக்கிற கொள்கை.

பெண்டு பிள்ளைகளையும் சுற்றத்தாரையும் இனத்தாரையும் நாட்டாரை யும் துறந்து செல்பவன் கடவுளுடையய இயற்கை விதிகளைத் துறந்து செல்கிறான். ஜன சமூக வாழ்க்கையைத் துறந்து செல்வோன் வலிமை யில்லாமையால் அங்ஙனம் செய்கிறான். குடும்பத்தை விடுவோன் கடவுளைத் துறக்க முயற்சி பண்ணுகிறான்.

துறவிகளுக்குள்ளே பட்டினத்துப் பிள்ளை சிறந்தவரென்று தாயுமானவர் பாடியுள்ளார். அந்தப் பட்டினத்துப் பிள்ளை என்ன சொல்லுகிறார்?

அறந்தா னியற்றும் அவனிலுங் கோடி யதிகமெல்லாந்
துறந்தான் அவனிற் சதகோடி யுள்ளத் துறையுடையான்
மறந்தா னறக்கற் றறிவோ டிருந்திரு வாதனையற்
றிறந்தான் பெருமையை என்சொல்லு வேன்கச்சி யேகம்பனே

இல்லத் துறவைக் காட்டிலும் உள்ளத் துறவு சதகோடி மடங்கு மேலென்று மேலே பட்டினத்தடிகள் சொல்லுகிறார். பட்டினத்தடிகள் தாம் துறவியாதலால் இங்ஙனம் கூறினார். உள்ளத் துறவு செய்தற்குரிய தென்றும் மனைத் துறவு செய்யவொண்ணாததொரு பாவமென்றும் நான் சொல்லுகிறேன்.

பாவமாவது யாது? புண்ணியமென்பதென்ன?

தனக்கேனும் பிறர்க்கேனும் துன்பம் விளைவிக்கத் தக்க செய்கை பாவம். தனக்கேனும் பிறர்க்கேனும் இன்பம் விளைவிக்கத்தக்க செயல் புண்ணியச் செயல் எனப்படும்.

ஒருவனுக்கு மனைத் துறவைக் காட்டிலும் அதிகத் துன்பம் விளை விக்கத்தக்க செய்கை வேறொன்றுமில்லை.

"இல்லா ளகத்திருக்க இல்லாத தொன்றுமில்லை" - கற்புடைய மனைவி யுடன் காதலுற்று, அறம் பிழையாமல் வாழ்தலே இவ்வுலகத்தில் சுவர்க்க வாழ்க்கையை ஒத்ததாகும். ஒருவனுக்குத் தன் வீடே சிறந்த வாசஸ்தலம். மலையன்று. வீட்டிலே தெய்வத்தைக் காணத் திறமை யில்லாதவன் மலைச் சிகரத்தையடுத்ததொரு முழையிலே கடவுளைக் காணமாட்டான்.

கடவுள் எங்கிருக்கிறார்? எங்கும் இருக்கிறார். மலைச் சிகரத்திலே மாத்திரமா இருக்கிறார்? வீட்டிலும் இருக்கத்தான் செய்கிறார்.

> அங்கமே நின்வடிவ மானசுகர் கூப்பிடநீ
> எங்கும் "ஏன் ? ஏன் ?" என்ற தென்னே பராபரமே ?

என்று தாயுமானவர் பாடியுள்ளார்.

எங்ஙனமேனும், கடவுளை நேரில் பார்க்க வேண்டுமென்ற பேராவ லுடன், சுகப் பிரம்மரிஷி காட்டு வழியே, "கடவுளே, கடவுளே" என்று கதறிக்கொண்டு போயினராம். அப்போது அங்கிருந்த மலை, சுனை, மேகம், நதி, ஓடை, மரம், செடி, கொடி, இலை, மலர், பறவை, விலங்கு - எல்லாப் பொருள்களும் "ஏன்? ஏன்?" என்று கேட்டனவாம்.

எங்கும் கடவுள் நிறைந்திருக்கிறார். **ஸர்வமிதம் ப்ரஹ்ம** -உலக மெல்லாம் கடவுள் மயம் என்று வேதம் சொல்லும் கொள்கையையே மேற்படி கதை விளக்குகிறது.

இங்ஙனமாகையில் வீட்டிலிருந்து பந்துக்களுக்கும் உலகத்தாருக்கும் உபகாரம் செய்துகொண்டு, மனுஷ்ய இன்பங்களையெல்லாம் தானும் பூஜித்துக்கொண்டு, கடவுளை நிரந்தரமாக உபாசனை செய்து, அதனால் மனிதத் துன்பங்களினின்றும் விடுபட்டு, ஜீவன் முக்தராய் வாழ்தல் மேலான வழியா? அல்லது, காட்டிலே போய், உடம்பை விழலாக வற்றடித்து மடித்தும், புலி, பாம்பு முதலிய துஷ்ட ஜந்துக்களுக்கிரையாய் மடிந்தும், கடவுளைத் தேட முயலுதல் சிறந்த உபாயமா?

சூரியனைக் காணவில்லையென்று ஒருவன் தன் கைப்பெட்டிக்குள்ளே சோதனை போடுதலொக்குமன்றோ, ஒருவன் கடவுளைக் காண வேண்டிக் காடுகளிலும் இருண்ட முழைகளிலும் புகுந்து வாழ்தல்?

இல்லற மல்லது நல்லறமில்லை

தாயுமானஸ்வாமி, தாம் உயர்ந்த துறவு பூண்டிருந்த போதிலும், இதைனப் பின்வரும் பாடலில் அங்கீகாரம் செய்கிறார். அதாவது, முற்றிலும் அங்கீகாரம் புரியவில்லை. துறவறத்தைக் காட்டிலும் இல்லறமே சிறந்ததென்று அவர் தெளிவுபட உரைத்துவிடவில்லை. முக்திக்கு இரண்டும் சம சாதனங்கள் என்கிறார். தாயுமானவர் சொல்லுகிறார் :

மத்த மத கரிமுகிற் குலமென நின்றிலகு வாயிலுடன் மதி யகடுதோய்
மாடகூடச் சிகர மொய்த்த சந்திரகாந்த மணிமேடை யுச்சிமீது
முத்தமிழ் முழக்கத்துடன் முத்துநகை யார்களொடு முத்துமுத் தாய்க் குலாவி
மோகத் திருந்து மென் ? யோகத்தி னிலைநின்று மூச்சைப் பிடித் தடக்கிக்
கைத்தல நகைப்படை விரித்தபுலி சிங்கமொடு கரடிநுழை நூழைகொண்ட
கானமலை யுச்சியிற் குகையூடிருந்து மென் ? கர தலாமலக மென்ன
சத்த மற மோனநிலை பெற்றவர்க ளுய்வர்காண் ! ஜனகாதி துணிவி தன்றோ ?
சர்வ பரிபூரண அகண்ட தத்துவமான சச்சி தாநந்த சிவமே

இதன் பொருள் யாதெனில் :

"மதமேறிய யானைகள் மேகக் கூட்டங்களைப் போல் மலிந்து நிற்கும் வயல்களையுடைய அரண்மனையில், சந்திரனை அளாவுவன போன்ற உயரமுடைய மாடங்களும் கூடங்களும் சிகரங்களும் சூழ்ந்திருப்ப, அவற்றிடையே நிலா விளையாட்டுக்காகச் சமைக்கப்பட்டிருக்கும் சந்திரகாந்த மேடைகளின் மேலே இனிய தமிழ் பாட்டுக்கும் நாட்டியங்களுக்குமிடையே முத்தாக உரையாடி முத்தமிட்டுக் குலாவிக் காதல்

நெறியில் இன்புற்றிருந்தாலென்ன? அஃதன்றி, யோக வாழ்விலே சென்று மூச்சை அடக்கிக் கொண்டு ஆயுதங்களைப் போல் வலிய நகங்களையுடைய புலி, சிங்கம், கரடி முதலியன பதுங்கிக் கிடக்கும் பொந்துகளுடைய காட்டுமலையுச்சியில் தாமொரு பொந்தில் இருந்தா லென்ன? உள்ளங்கை நெல்லிக்கனி போல விளங்குவதோர் உண்மை கூறுகின்றோம். சலனமின்றி மனத்திலே சாந்தநிலை பெற்றோர் உய்வார் இஃதன்றோ ஜனகன் முதலியோரின் முடிபாவது? எங்கும் நிறைவற்றதாய்ப் பிரிக்கப்படாத மூலப்பொருளே! அறிவும், உண்மையும், மகிழ்ச்சியும் ஆகிய கடவுளே?"

இங்ஙனம், இல்லறத்தைப் பந்தத்துக்கு அதாவது, தீராத துக்கத்துக்குக் காரணமென்றும், துறவறம் ஒன்றே மோக்ஷத்துக்குச் சாதனமென்றும், கூறும் வேறு சில துறவிகளைப்போலே சொல்லாமல், இரண்டும் ஒருங்கே மோக்ஷத்துக்குச் சமமான சாதனங்கள் என்று சொல்லியதே நமக்குப் பெரிய ஆறுதலாயிற்று. சம்சார சுகங்கள் கூடத் துன்பங்களுக்கே வழிகாட்டுகின்றன வென்றும், ஆகவே எல்லா வகை யினும் இகலோக வாழ்க்கை துன்பத்தைத் தவிர வேறில்லையென்றும் சொல்லிச் சில பிற்காலத்துத் துறவிகள், "வீட்டையும் பெண்டு பிள்ளை களையும் துறந்து விட்ட மாத்திரத்திலேயே ஒருவன் இகலோக வாழ்வைத் துறந்து விட்டானாகிறான்" என்ற பிழைக் கருத்து கொண்டவர்களாய், ஊர்தோறும் சுற்றிக்கொண்டு, வீடு, வாயில் சுற்றம் துணை இனம் ஏதும் இல்லாதவர்களாய், பிச்சையெடுத்து வயிறு வளர்க்கிறார்கள். இக் கூட்டத்தாரின் வாழ்க்கை மகா பரிதாபமானது.

இந்தக் கூட்டத்தாரில் இடையிடையே சிற்சில இடங்களில் சிற்சில மகான்கள் அளவற்ற பக்தியுடையோராகவும், வரம்பற்ற ஜீவ காருண்ய முடையோராகவும் தோன்றுகிறார்கள். மற்றும் அவர்களில் பெரும் பான்மையோருக்கு ஒரு விதமான முக்தித் தோட்டம் இருக்கத்தான் செய்கிறது. எனினும், இவர்களில் மிகப் பெரிய மகான்கள் கூட, உலகத்தில் மானுடர் எய்தற்குரியதாகிய பரிபூரண வாழ்க்கை வாழ்ந்தனர் எனக் கூறத் தகாது. வேத காலத்தில் இந்தத் துறவு வழி ஹிந்துக்களுக்குள்ளே கிடையாது. வேத காலத்தில், சந்நியாசம் நமக்குள்ளே இருப்பதாக சுவாமி விவேகானந்தர் சொல்லியிருக்கிறார். வசிஷ்டர், வாமதேவர் முதலிய வேதரிஷிகள் அத்தனை பேரும் மணம் புரிந்து கொண்டு, மனைவி மக்களுடனேயே இன்புற்று வாழ்ந்தனர்.

புலன்களை அடக்கியாளும் பொருட்டாக, அக்காலத்து ரிஷிகள் பிரம்மசாரிகளாக இருந்து நெடுங்காலம் பலவகைக் கொடிய தவங்கள் செய்ததுண்டு. ஆனால், குறிப்பிட்ட காலம் வரை தவங்கள் செய்து முடித்துப் பின்பு இல்வாழ்க்கையுட் புகுதலே மகரிஷிகளுக்குள்ள வழக்கமாக நடைபெற்று வந்தது.

மஹாபாரதத்திலும் மற்றப் பூர்வ பூராணங்களிலும் வேத ரிஷிகளைப் பற்றிய கதைகளும் சரித்திரங்களும் ஒரே சித்தாந்தமாக வேத ரிஷிகளுக்குத் துறவறம் என்ற விஷயமே இன்னதென்று தெரியாது என்ற என் வார்த்தையை நிலைநிறுத்துகின்றன. மேலும் சுவாமி விவேகாநந்தர் வேதத்தின் பிற்சேர்க்கைகளாகிய உபநிஷத்துக்களையே முக்கியமாகப் பயின்றவர். இந்த உபநிஷத்துக்கள் வேதாந்தம் என்ற பெயர் படைத்தன. அதாவது வேதத்தின் நிச்சயம் இவை வேத ரிஷிகளால் சமைக்கப் பட்டனவல்ல. பிற்காலத்தவரால் சமைக்கப்பட்டன. ஸம்ஹிதைகள் என்று மந்திரங்கள் சொல்லப்படு வனவே உண்மையான வேதங்கள். அவையே ஹிந்து மதத்தின் வேர். அவை வசிஷ்ட வாமதேவாதி தேவ ரிஷிகளின் கொள்கைகளைக் காட்டுவன. உபநிஷத்துகள் மந்திரங்களுக்கு விரோதமல்ல. அவற்றுக்குச் சாஸ்திர முடிவு. அவற்றின் சிரோபூஷணம். ஆனால், பச்சை வேதமென்று மந்திரம் அல்லது ஸம்ஸிதை எனப்படும் பகுதியேயாம்.

இந்த மந்திரங்கள் அல்லது ஸம்ஹிதைகள் பழைய மிகப் பழைய ஸம்ஸ்கிருத பாஷையில் எழுதப்பட்டிருக்கின்றன. அதாவது, வேதங்களின் ஸம்ஸ்கிருதம் மதுரைச் சங்கத்துக்கு முந்திய தமிழைப் போலவும், உபநிஷத்துக்களின் பாஷை சங்கத்துக்குப் பிந்திய தமிழைப் போலவும் இருக்கின்றன.

ஆனால், இந்த உவமானம் முற்றிலும் பொருந்ததாகக் கூறலாகாது. இன்னும் அதை உள்ளபடி விளக்குமிடத்தே. ஸம்ஸ்கிருத பாஷையிலுள்ள மற்றெல்லா நூல்களும் ஒரு பாஷை, வேதம் மாத்திரம் - அதாவது, ஸம்ஹிதை அல்லது மந்திரம் மாத்திரம் - தனியான பாஷையாக இருக்கிறது. இஃதொரு பெருவியப்பு அன்றோ? வேத ஸம்ஸ்கிருதம் வேறெந்த நூலிலும் கிடையாது. உபநிஷத்தில் சில, மிகச் சில பகுதிகளில், விசேஷமாக வேத மந்திரங்களை மீட்டுமுரைக்கு மிடத்தே, வேத பாஷையைக் காணலாம். மற்றபடி உபநிஷத்துக்கு முழுவதும் பிற்காலத்துப் பாஷையிலேயே சமைந்திருக்கிறது.

இங்ஙனமிருக்கப் பிற்காலத்து ஆசார்யர்களிலே சிலர் வேதத்தைக் கர்மகாண்டம் என்றும்; அதனால் தாழ்ந்தபடியைச் சேர்ந்ததென்றும் உபநிஷத்தே ஞானகாண்டம் என்றும் ஆதலால் அது வேதத்தைக் காட்டிலும் உயர்ந்ததென்றும் கருதுவாராயினர்.

இங்ஙனம் பிற்காலத்து ஆசாரியர்கள் நினைப்பதற்கு உண்டான காரணங்கள் பல. அவற்றுட் சிலவற்றை இங்கே தருகிறேன். முதலாவது காரணம்,வேத பாஷை மிகவும் பழைமைப்பட்டுப் போனபடியால் அதன் உண்மையான பொருளைக் கண்டுபிடித்தல் மிகவும் துர்லபமாய் விட்டது. நிருத்தம் என்ற வேத நிகண்டையும் பிராம்மணங்கள் என்று சொல்லப்படும் பகுதிகளே காணப்படும் வேத மந்திர விளக்கங்களையும் சுற்ற பின்னரே, ஒருவாறு வேத மந்திரங்களின் பொருளையறிதல் சாத்தியமாயிற்று. வேதம் பிரம்மாண்டமான நூல்.

அதில் இத்தகைய ஆராய்ச்சி செய்வோர், மிக மிகச் சிலரேயாவார். இப்போது வேதத்திற்கு விளக்குப் போல நிற்கும் சாயணரென்ற வித்தியாரண்ய சங்கராச்சாரியின் பாஷ்யம் பிராம்மணங்களையும் நிருத்தத்தையுமே ஆதாரமாகவுடையது. பிராம்மணங்களில் பெரும்பாலும் கற்பனைக் கதைகளும் கற்பிதப் பொருளுமே கூறப்பட்டிருக்கின்றன. நிருத்தத்திலே என்றால் பெரும்பாலும் வேதப் பதங்களுக்குச் சரியான பொருளே கூறப்பட்டிருக்கிறது. ஆனால், பல இடங்களில் அதன் தாது நிச்சயங்கள் மிகவும் சம்சயத்துக்கு இடமாகவும் சில இடங்களில் அதன் பொருள்களே பிழைபட்டதாகவும் இருக்கிறது.

வேத மந்திரங்களுக்குச் சரியான அர்த்தம் கண்டுபிடிக்க வேண்டுமென்று தற்காலத்திய ஐரோப்பாவிலும் இந்தியாவிலும் அநேக பண்டிதர்கள் மிகவும் சிரமப்படுகிறார்கள். சில வருஷங்களுக்கு முன்னே காலஞ்சென்ற சுவாமி தயாநந்த சரஸ்வதி வேதத்துக்கு தாம் எப்போதுமில்லாத புதிய அர்த்தமொன்று கற்பித்து அதற்கிணங்க "ஆரிய சாமஜம்" என்ற புது மதக் கொள்கையொன்று ஸ்தாபித்தார்.

ஆனால், சிற்சில பதங்களுக்கு சாயணாசாரியர் சொல்லும் உரை பிரத்தியக்ஷமாகப் பிழையென்று தோன்றினும், பொதுப்படையாகச் சொல்லுமிடத்தே தற்காலத்து ஹிந்து வைதிகர்களால் அங்கீகாரம் செய்யப்பட்டிருக்கும் சாயணபாஷ்யமே பூர்வ வியாக்கியானங்களுக்கு

விரோதமில்லாமலும், தெளிவாகவும், உண்மையாகவும் அமைந்திருக் கிறது.

சாயண பாஷ்யமில்லாவிட்டால், வேதம் ஹிந்து ஜாதிக்குப் பயன் படாமலே போயிருக்கும். சரியான சமயத்தில் சாயணர் வேதங்களுக்கு பாஷ்யம் எழுதி வைத்தார். எனினும், சாயணாச்சாரியர் கூடத் தம்முடைய குருக்களைப் போலவே வேதம் கர்ம நூலென்று கருதி விட்டார். அதனால் அது ஹிந்து மதத்துக்கு ஆதிவேர் என்பதை இந்த ஆசாரியர்களால் மறுக்க முடியாவிடினும், அதற்கு ஞானநெறியில் எவ்விதப் பிரமாணமுமில்லை யென்று அவர்கள் தவறாக எண்ணும்படி நேர்ந்து விட்டது. ஏனென்றால், வேதத்தைக் கர்மங்களைப் போற்றும் நூலாகக் கருதிய இவர்கள் கர்மங்களென்ற இடத்தே யாகங்களைக் கருதிக் கூறினர். அதாவது, யாகங்களுக்கு மாத்திரம் உபயோகப்படும் நூலாக எண்ணி, கர்மங்கள் என்றால் யாகங்களெனப் பொருள் கொண்டு இவர்கள் வேதத்தைக் கர்ம காண்டம் என்றார்கள்.

மேற்படி யாகங்களே பெரும்பாலும் பசுவதைகளும், குதிரைக் கொலை களும், ஆட்டுக் கொலைகளும் முக்கியமாப் பாராட்டிய கொலைச் சடங்குகள். இவ்விதமான கொலைகளைச் செய்தல் மோக்ஷத்துக்கு வழியென்ற போலி வைதிகரைப் பழிசூட்டி, அந்தக் கொலைச் சடங்குளால் மனிதன் நரகத்துக்குப் போவான் என்பதை நிலை நாட்டிய புத்த பகவானும், அவருடைய மதத்தைத் தழுவிய அரசர்களும் இந்தியா வில் யாகத் தொழிலுக்கு மிகவும் இகழ்ச்சி ஏற்படுத்தி விட்டார்கள்.

அந்தத் தருணத்தில் புத்த மதத்தை வென்று ஹிந்து தர்மத்தை நிலை நாட்ட சங்கராசாரியர் அவதரித்தார். அவர் புத்தமதக் கருத்துக்களைப் பெரும்பாலும் ருசி கண்டு சுவைத்துத் தம்முடைய வேதாந்தத்துக்கு ஆதாரங்களாகச் செய்து கொண்டார். ஷண்மத ஸ்தாபக ராகியராய், சைவம், வைஷ்ணவம் முதலிய ஆறு கிளைகளையும் வேதாந்தமாகிய வேரையுமுடைய ஹிந்து மதம் என்ற அற்புத விருஷத்தை ஸ்ரீ சங்கராச்சாரியார் தமது அபாரமான ஞானத் திறமை யாலும் கல்வி வலிமையினாலும் மீள உயிர்ப்பித்து அதற்கு அழியாத சக்தி ஏற்படுத்தி விட்டுப் போனார். தம்மாலே வெட்டுண்ட புத்த மதம் என்ற விருக்ஷத்தின் கிளைகள் பலவற்றை ஹிந்து தர்மமாகிய மரத்துக்கு நல்ல வளர்ச்சி உண்டாகும்படி எருவாகச் செய்து போட்டார். இங்ஙனம் புத்த

மதக் கொள்கைகள் பலவற்றை ஹிந்து தர்மத்துக்கு ஆதரமாகச் சேர்த்துக் கொண்டது பற்றியே, சங்கராச்சாரியாரை அவருடைய எதிர்க்கட்சியார் பலர் பிரசன்ன பௌத்தர் (மறைவு பட்ட பௌத்தர்) என்று சொன்னார் கள். எனினும் அவர் ஹிந்து தர்மத்துக்குச் செய்த பேருபகாரத்துக்காக ஹிந்துக்களிலே பெரும்பாலோர் அவரைப் பரமசிவனின் அவதார மாகக் கருதிப் போற்றினார்கள்.

பௌத்த மதமே துறவு நெறியை உலகத்தில் புகுத்திற்று. அதற்கு முன் அங்கங்கே சில மனிதர் துறவிகளாகவும் சில இடங்களில் சிலர் துறவிக் கூட்டத்தவராகவும் இருந்தனர்.

துறவிகள் மடங்களை இத்தனை தாராளமாகவும் இத்தனை வலிமை யுடையனவாகவும் செய்ய வழிகாட்டியது பௌத்த மதம். எங்கே பார்த்தாலும் இந்தியாவை அம்மதம் ஒரே சந்நியாசி வெள்ளமாகச் சமைத்துவிட்டது. பாரத தேசத்தை அந்த மதம் ஒரு பெரிய மடமாக்கி வைத்துவிட்டது. ராஜா, மந்திரி, குடிபடை - எல்லாம் மடத்துக்குச் சார்பிடங்கள். துறவிகளுக்குச் சரியான போஜனம் முதலிய உபகாரங்கள் நடத்துவதே மனித நாகரிகத்தின் உயர் நோக்கமாக கருதப்பட்டது. துறவிகள் தாம் முக்கியமான ஜனங்கள்! மற்ற ஜனங்களெல்லாரும் அவர்களுக்குப் பரிவாரம்! மடந்தான் பிரதானம். ராஜ்யம் அதற்குச் சாதனம்.

பாரத தேசத்தில் புத்த மதம் ஜீவகாருண்யம், சர்வ ஜன சமத்துவம் என்ற இரு தர்மங்களையும் நெடுந்தூரம் ஊன்றும்படி செய்தது. ஆனால், உலக வாழ்க்கையாகிய ஜகத்தில் ஒளி போன்றவளாகிய பத்தினியைத் துறந்தவர்களே மேலோர் என்று வைத்து, அவர்களுக்குக் கீழே மற்ற உலகத்தை அடக்கி வைத்து உலகமெல்லாம் பொய் மயம் என்றும், துக்க மயம் என்றும் பிதற்றிக் கொண்டு வாழ்நாள் கழிப்பதே ஞான நெறியாக ஏற்படுத்தி மனித நாகரிகத்தை நாசஞ் செய்ய முயன்றதாகிய குற்றம் புத்த மதத்துக்கு உண்டு. அதை நல்ல வேளையாக இந்தியா உதறித் தள்ளி விட்டது.

பின்னிட்டுப் புத்த தர்மத்தின் வாய்ப்பட்ட பர்மா முதலிய தேசங் களிலும் புத்த மதம் இங்ஙனமே மடத்தை வரம்பு மீறி உயர்த்தி மனித நாகரிகத்தை அழித்துக் கொண்டுதான் வந்திருக்கிறது. பிற்காலத்தில் பௌத்த வழியைத் தழுவி, பலமான மட ஸ்தாபனங்கள் செய்த ரோமன்

கத்தோலிக்க மதத்திலும் குருக்களுடைய சக்தி மிஞ்சிப் போய் மனித நாகரிகத்துக்குப் பேராபத்து விளையும் போலிருந்தது. அதை ஐரோப்பிய தேசத்தார்கள் பல புரட்சிகளாலும், பெருங்கலகங்களாலும், யுத்தங்களாலும் எதிர்த்து வென்றனர். அது முதல் ஐரோப்பாவில் மடாதிபதிகளுக்கு ராஜ்யத்தின் மீதிருந்த செல்வாக்கும் அதிகாரமும் நாளுக்கு நாள் குறைந்து கொண்டு வருகின்றன. இது நிற்க.

ஹிந்து தர்மம் புத்த மதத்தை ஜெயிக்கவில்லை யென்றும், பௌத்த மதமே ஹிந்து மதத்தை ஜெயித்து விட்டதாகவும் சில மாதங்கள் முன்பு, காரைக்குடியில் ஒரு நண்பர் என்னிடம் தர்க்கித்தார். சரித்திரத்திலும் பிரத்யக்ஷத்திலும் ஐயமற புத்த மதமழிந்து, ஹிந்து மதம் வெற்றி பெற்று நிற்கும் செய்தி விளங்குகையில், பட்டப் பகலை இரவென்று கூறுதல் போல், மேற்படி காரைக்குடி நண்பர் சொல்லியது பச்சைப் பொய்யை இங்கெடுத்துச் சொல்லவந்த முகாந்தரம் யாதெனில், அவர் சொல்லியது பச்சைப் பொய்யன்று. அதில் சிறிதளவு உண்மையும் கலந்திருக்கிறது.

எங்ஙனமெனில், பௌத்த மார்க்கத்தை களைத்தெறிந்து மிஞ்சி நின்ற ஹிந்து மதம் பல அம்சங்களில் பௌத்த மதக் கொள்கைகளை முழுமையாகவும் பல அம்சங்களிற் சற்றே மாற்றியும் தன்னுள்ளே சேர்த்துக் கொண்டு விட்டது. ஆகவே பௌத்த மதம் இந்நாட்டில் இருந்த இடம் தடம் தெரியாமல் மண்ணோடு மண்ணாய் மடிந்து போகவில்லை. அதன் கொள்கைகளில் பல ஹிந்து மதக் கொள்கைகளுடன் கலந்து இந்நாட்டில் வழங்கி வருகின்றன.

இந்தச் செய்தியையே அந்தக் காரைக்குடி நண்பர் மிகவும் அதிசயோக்தியாக மேற்கண்டவாறு பச்சைப் பொய் வடிவத்தில் கூறினார். புனர் ஜன்மக் கொள்கை, புலால் மறுத்தல் - இவை இரண்டுமே பௌத்த மதத்திலிருந்து ஹிந்து மதத்துக்குள் நுழைந்த கொள்கைகளில் முக்கியமானவை என்று கருதப்படுகின்றன. ஆனால், இக்கொள்கைகள் பௌத்த மதத்திலிருந்துதான் ஹிந்து மதத்துக்குள் புகுந்தனவென்று கூறுவதற்குப் பலமான ஆதாரங்களில்லை. புனர்ஜன்ம கொள்கை பூர்வ புராணங்களிலேயே இருந்தது. பௌத்த மதம் அக்கொள்கையை அறிஞர் கண்டு நகைக்கத்தக்க படியாக, வரம்பு மீறி வற்புறுத்திற்று.

பிற்கால ஹிந்து மதத்தில் அக்கொள்கை அளவுக்கு மிஞ்சி, நிரார்த்தகமாக ஏறிப்போய் இப்போது ஹிந்து நம்பிக்கையிலுள்ள குறைகளிலொன்றாக இயல்கிறது. சாதாரணமாக ஒருவனுக்குத் தலை நோவு வந்தாலுங்கூட, அதற்குக் காரணம் முதல்நாள் பசியில்லாமல் உண்டதோ, அளவு மீறித் தூக்கம் விழித்ததோ, மிகக் குளிர்ந்த அல்லது மிக அசுத்தமான நீரில் ஸ்நானம் செய்ததோ என்பதை ஆராயும் முன்பாகவே அது பூர்வ ஜன்மத்தின் கர்மப் பயனென்று ஹிந்துக்களிலே பாமரர் கருதக்கூடிய நிலைமை வந்துவிட்டது.

உலகத்து வியாபார நிலைமையையும், பொருள் வழங்கும் முறைகளையும் மனித தந்திரத்தால் மாற்றி விடலாம் என்பதும், அங்ஙனம் மாற்றுமிடத்தே செல்வ மிகுதியாலும் செல்வக் குறைவாலும் மனிதர்களுக்குள்ளே ஏற்படும் கஷ்டங்களையும், அவமானங்களையும், பசிகளையும், மரணங்களையும் நீக்கிவிடக் கூடும் என்பதும் தற்காலத்து ஹிந்துக்களிலே பலருக்கு தோன்றவே இடமில்லை. பிறர் சொல்லிய போதிலும் அது அவர்களுக்கு அர்த்தமாவது சிரமம். ஏனென்றால், மண விஷயத்தில் ஏற்பட்ட பயங்கரமான பேதங்களையும், தார தம்மியங்களையும், பாரபக்ஷங்களையும் கண்டு, அதற்கு நிவக்ஷணம் தேட வழி தெரியாத இடத்திலேதான், பெரும்பாலும் இந்தப் பூர்வ ஜன்ம கர்ம விஷயம் விசேஷமாகப் பிரஸ்தாபத்துக்கு வருகிறது.

அற்பாயுள், நீண்ட ஆயுள், நோய், நோயின்மை, அழகு, அழகின்மை, பாடத் தெரிதல், அது தெரியாமை, படிப்புத் தெரிதல், அது தெரியாமை முதலிய எல்லாப் பேதங்களுக்கும் பூர்வ ஜன்மத்தின் புண்ய பாவச் செயல்களையே முகாந்தரமாகக் காட்டினார்களெனினும், பண விஷயமான வேறுபாடுகளே இவையெல்லாவற்றைக் காட்டிலும் மனிதர்களுக்கு உள்ளக் கொதிப்பையும் நம்பிக்கைக் கேட்டையும் விளைத்து, அவர்களை இந்த ஜன்மத்தின் துக்கங்களுக்குப் பூர்வ ஜன்மத்திலே காரணம் தேடுவதும், அடுத்த ஜன்மத்திலே பரிகாரந் தேடுவதுமாகிய விநோதத் தொழிலிலே தூண்டின.

எனவே, இந்தப் பூர்வ ஜன்ம சித்தாந்தத்தைப் பௌத்த மதம் நமது தேசத்தில் ஊர்ஜிதப்படுத்தியது பற்றி நாம் அதற்கு அதிக நன்றி செலுத்த இடமில்லை.

பௌத்த மதத்தால் நாம் அடைந்த நன்மைகளிலே உண்மையான நன்மை ஒன்றுதான். அதாவது, விக்கிரக ஆராதனையை பௌத்த மதம் ஊர்ஜிதப்படுத்திற்று. புதிதாக உண்டாக்கவில்லை. ஏற்கனவேயிருந்த வழக்கத்தை மிகவும் விஸ்தாரமாக்கி ஊர்ஜிதப்படுத்திற்று.

பௌத்தர்கள் மனிதருக்கேற்படுத்திய சிலைகளை நம்மவர் தம்முடைய அற்புத ஞான சக்தியின் விரிவாலும் கற்பனைச் சக்தியின் தெளிவாலும் தேவர்களுக்குச் சமைத்துக் கொண்டனர். தேவர்களைச் சிலைகளில் வைத்து வணங்குதல் முக்திக்கு மகத்தான சாதனங்களிலொன்றாம். ஆனால் உண்மையான பக்தியுடன் வணங்க வேண்டும்.

இனி, புத்த மதம் இழைத்த பெருந்தீங்கு யாதெனிலோ இடைக்காலத்து மாயாவாதத்தை நம்முள்ளே எழுப்பி விட்டது. உபநிஷத்துக்களிலும் வேதத்திலும் "மாயா" என்ற சொல் பராசக்தியை குறிப்பது. இடைக் காலத்தில் மாயை பொய்யென்றதொரு வாதம் உண்டாயிற்று. இதனால், ஜகத் பொய்; தேவர்கள் பொய்; சூரிய நக்ஷத்திராதிகள் பொய்; மனம் பொய்; சைதந்யம் மாத்திரம் மெய். ஆதலால், இந்த உலகத்துக் கடமை களெல்லாம் எறிந்து விடத்தக்கன. இதன் இன்பங்களெல்லாம் துறந்து விடத்தக்கன, என்றதொரு வாதம் எழுந்தது. இவ்வுலக இன்பங்க ளெல்லாம் அசாசுவதம்; துன்பங்கள் சாசுவதம்; இத்தகைய உலகத்தில் நாம் எந்த இன்பங்களையும் தேடப் புகுதல் மடமையாகும். எனவே எந்தக் கடமைகளையுஞ் செய்யப்புகுதல் வீண் சிரமமாகும் என்ற கட்சி ஏற்பட்டது.

ஆனால், இவர்கள் எல்லா இன்பங்களையுந் துறந்து விட்டதாக நடிக்கிறார்களேயன்றி, இவர்கள் அங்ஙனம் உண்மையிலே துறக்க வில்லை. இவ்வுலகத்தில் ஜீவர்கள் எல்லா இன்பங்களையும் துறப்பது சாத்தியமில்லை, கடமைகளைத் துறந்து விட்டுச் சோம்பேறிகளாகத் திரிதல் சாத்தியம். அது மிக சுலபமுங்கூட. இந்தச் சோம்பேறித் தனத்தை ஒரு பெரிய சுகமாகக் கருதியே அநேகர் துறவு பூணுகிறார்கள் என்று எனக்குத் தோன்றுகிறது.

இவர்கள் கடமைகளைத் துறந்தனரேயன்றி இன்பங்களைத் துறக்க வில்லை. உணவின்பத்தைத் துறந்து விட்டார்களா? சோறில்லாவிட்டால் உயிர் போய்விடுமே என்றால், அப்போது நீங்கள் உயிரைக் காப் பாற்றிக் கொள்ளும் பொருட்டுத் தொழில் செய்து ஜீவிக்க வேண்டும்.

ஆடையின்பத்தை இவர்கள் துறக்கவில்லை. ஸ்நானவின்பத்தைத் துறக்கவில்லை. தூக்கவின்பத்தைத் துறக்கவில்லை. கல்வியின்பத்தைத் துறக்கவில்லை. புகழின்பத்தைத் துறக்கவில்லை. உயிரின்பத்தைத் துறக்கவில்லை. வாதின்பத்தைத் துறக்கவில்லை. அவர்களில் முக்கியஸ்தர்களாகிய மடாதிபதிகள் பணவின்பத்தையுந் துறக்கவில்லை. இவர்களுடைய போலி வேதாந்தத்தை அழிக்கும் பொருட்டாகவே பகவத்கீதை எழுதப்பட்டது.

"உலகமெல்லாம் கடவுள் மயம்" என்ற உண்மையான வேதாந்தத்தைக் கீதை ஆதாரமாக உடையது. மாயை பொய்யில்லை. பொய் தோன்றாது. பின் மாறுகிறதேயெனில், மாறுதல் இயற்கை. மாயை பொய்யில்லை. அது கடவுளின் திருமேனி. இங்கு தீமைகள் வென்றொழித்தற்குரியன. நன்மைகள் செய்தற்கும் எய்தற்கும் உரியன. சரணாகதியால் கடவுளிடம் தீராத மாறாத பக்தியால் யோகத்தை எய்துவீர்கள். எல்லா ஜீவர்களையும் சமமாகக் கருதக் கடவீர்கள். அதனால், விடுதலையடைவீர்கள். சத்திய விரதத்தால் ஆனந்தத்தை அடைவீர்கள். இல்லறத் தூய்மையால் ஈசத்தன்மை அடைவீர்கள்.

இந்த மகத்தான உண்மையையே கீதை உபதேசிக்கிறது.

📖

முதல் அத்தியாயம்

அர்ஜுன விஷாத யோகம்

குருக்ஷேத்திரப் போர் நடக்கையிலே, கண்ணில்லாத திருதராஷ்டிர ராஜன், தான் அங்கு செல்லக் கூடாமையால் அஸ்தினாபுரத்தில் தனதரண்மனையில் இருந்து கொண்டே போர்க்களத்தில் நடக்கும் செய்திகளைத் தனக்குச் சொல்லும்படி சஞ்ஜயன் என்ற மந்திரியை நியமிக்கிறான். வேத வியாசரருளால் ஞானதிருஷ்டி பெற்றவனாய் சஞ்ஜயன் போர்க்களத்துச் செய்திகளை திருதராஷ்டிரனுக்குச் சொல்லு கிறான். கண்ணனுக்கும் பார்த்தனுக்கும் போர்த் தொடக்கத்தில் நிகழ்ந்த சம்பாஷணையை சஞ்ஜயன் கூறுவதாகச் சமைக்கப்பட்ட பகவத் கீதைக்கு இந்த முதலத்தியாயம் பாயிரமாகக் கருதத் தகும்.

திருதராஷ்டிரன் சொல்லுகிறான் :

சஞ்ஜயா, அறநிலமாகிய குரு நிலத்தில் போர்செய்ய விரும்பித் திரண்ட நம்மவர்களும் பாண்டவரும் என்ன செய்தனர்? 1

சஞ்ஜயன் சொல்லுகிறான் :

அப்போது துரியோதனராஜன் அணிவகுத்து நின்ற பாண்டவர் படையைப் பார்த்துவிட்டு, ஆசாரியனிடம் (துரோணர்) போய் (பின் வரும்) வார்த்தை சொல்லலாயினன். 2

குருவே, துருபதன் மகனும் - நின் சீடனுமாகிய நிபுணனால் வகுப்புற்ற இப்பெரிய பாண்டவப் படையைப் பார்! 3

இங்கு சூரரும் பெரிய வில்லாளிகளும் போரில் வீமனையும் பார்த்தனையும் நிகர்த்தவருமாகிய பலர் இருக்கிறார்கள் யுயுதானன்; விராடன்; மகாரதனாகிய துருபதன்; 4

திருஷ்டகேது; சேகிதானன்; வீரியமுடைய காசிராஜன்; புருஜித்; குந்தி போஜன்; மனிதரேறாகிய சைவியன்; 5

வலிமை மிக்க யுதாமந்யு; உத்தமௌஜா என்ற வீரன்; சுபத்திரை மகன்; திரௌபதி மக்கள்; எல்லோருமே மகாரதர். 6

இனி, எனது படைக்கு நாயகராய், நம்முள்ளே சிறந்தோரையுந் தெரிந்து கொள். இருபிறப்பாளரில் மேம்பட்டவனே, குறிப்பின் பொருட்டாக அவர்களை உனக்குச் சொல்லுகிறேன். 7

நீ; பீஷ்மன், கர்ணன்; பொருநர் கூட்டத்தை வெல்வோனாகிய கிருபன்; அசுவத்தாமன்; விகர்ணன், சோமத்தன் மகன்; 8

இன்னும் வேறு பல சூரர்; என் பொருட்டு வாழ்க்கையை துறந்தோர்; பலவிதமான ஆயுதங்களும் அம்புகளுமுடையோர்; எல்லோருமே போரில் நிபுணர். 9

(எனினும்) பீஷ்மனால் காக்கப்படும் நமது படை (கண்ணுக்கு) நிறைந்திருக்கவில்லை. வீமனால் காக்கப்படும் இவர்களுடைய படையோ நிறைந்திருக்கிறது. 10

நீங்களனைவரும் வகுப்புகளின்படி எல்லா இடங்களிலும் நின்று கொண்டு பீஷ்மனையே காக்கக் கடவீர்! 11

(அப்போது) துரியோதனனுக்கு மகிழ்ச்சி விளைவிக்குமாறு கீர்த்திமிக்க கௌரவர் கிழவனாகிய பாட்டன் உயர்ந்த குரலில் சிங்கநாதம் புரிந்து சங்கை ஊதினான். 12

அப்பால், சங்குகளும், பேரிகைகளும், தம்பட்டங்களும், பறைகளும், கொம்புகளும் திடீரென ஒலித்தன. அஃது பேரோசையாயிற்று. 13

பின்பு வெள்ளைக் குதிரைகள் பூட்டிய பெருந்தேரில் நின்ற மாதவனும் பார்த்தனும் (தம்முடைய) தேவச்சங்குகளை ஊதினர். 14

கண்ணன் பாஞ்ஜசன்யத்தை யூதினான். வேத தத்தம் என்ற சங்கை தனஞ்ஜெயன் ஒலித்தான்; அஞ்சுதற்குரிய செயல்களையுடைய ஓநாய் வயிற்று வீமன் பௌண்ட்ரம் என்ற பெருஞ்சங்கை யூதினான். 15

குந்தி மகனாகிய யுதிஷ்டிர ராஜன் அநந்த விஜயன் என்ற சங்கையும், நகுலனும் சகதேவனும் (முறையே) சுகோஷம், மணிபுஷ்பகம் என்ற சங்குகளையும் ஊதினர். 16

வில்லாளிகளில் மிகச் சிறந்த காசிராஜனும், மகாரதனாகிய சிகண்டியும், திருஷ்டத்யும்நனும், விராடனும், வெல்லப்படாத ஸாத்தியகியும், 17

துருபதனும், துரோபதை மக்களும், பெருந்தோளுடையவனாகிய சுபத்திரை மகனும் தனித்தனியே தத்தம் சங்குகளை ஒலித்தனர். ★பூமிக்குத் தலைவனே! 18

அந்தப் பெருமுழக்கம் வானையும் மண்ணையும் உடனொலிக்கச் செய்வதாய் திருதராஷ்டிரக் கூட்டத்தாரின் நெஞ்சுகளைப் பிளந்தது. 19

அப்பால், (இரு திறத்தும்) அம்புகள் பறக்கத் தலைப்பட்டன. அப்போது குரங்குக் கொடியுயர்த்தி பார்த்தன் திருதராஷ்டிரக் கூட்டத் தாரை நோக்கி வில்லை யேந்திக் கொண்டு, கண்ணனைப் பார்த்துச் சொல்லுகிறான். 20

அர்ஜுனன் சொல்லுகிறான்:

"அச்சுதா! படைகளிரண்டுக்கும் நடுவே என் தேரைக் கொண்டு நிறுத்துக!" என்று. (கேளாய், திருதராஷ்டிர ராஜனே!) 21

சமரை விரும்பி நிற்கும் இவர்களை நான் பார்க்க வேண்டும். இந்தப் போர்த் தொடக்கத்தில் என்னோடு போர் செய்யக் கடவோர் யார்? 22

கெட்ட மதிகொண்ட துரியோதனனுக்குப் பிரீதி செய்யும் வண்ணம், இங்கு போர் செய்யத் திரண்டு நிற்போரை நான் காண வேண்டும் என்றான். 23

(★ இங்கு பூமிக்குத் தலைவனென்று திருதராஷ்டிரனைக் கதை சொல்லி வரும் சஞ்ஜயன் விளிக்கிறான்)

சஞ்ஜயன் சொல்லிக் கொண்டு வருகிறான் :

(கேளாய்) பரத நாட்டரசே, இங்ஙனம் பார்த்தனுரைத்தது கேட்ட கண்ணன் மிகவும் மேன்மை கொண்ட அத்தேரை இரண்டு படைகளுக்குமிடையே கொண்டு நிறுத்தினான். 24

பீஷ்மனுக்கும் துரோணனுக்கும் மற்றெல்லா வேந்தருக்குமெதிரே தேரை நிறுத்திக் கொண்டு, "பார்த்தா! இங்கு கூடி நிற்கும் கௌரவரைப் பார்!" என்றான். 25

அங்கு பார்த்தன் தன்னுடைய தந்தையரும், பாட்டன்மாரும், குருக்களும், மாதுலரும், அண்ணன் தம்பிகளும், மக்களும், பேரரும், தோழர்களும் நிற்பது கண்டான். 26

அங்ஙனமே மாமன்மாரும், நண்பர்களும், உறவினரெல்லாரும் இரண்டு படைகளிலும் நிற்கக் கண்டு, குந்தி மகனாகிய பார்த்தன், மிகவும் இரக்கமுற்றவனாய்த் துயருடன் சொல்லுகிறான். 27

அர்ஜுனன் சொல்லுகிறான்:

"கண்ணா! போர் செய்ய வேண்டி இங்கு திரண்டு நிற்கும் சுற்றத்தார்களைக் கண்டு, 28

என் அவயங்கள் சோர்கின்றன. என் வாய் உலர்கிறது. என்னுடம்பு நடுங்குகிறது. மயிர் சிலிர்க்கிறது. 29

★ காண்டீபம் கையிலிருந்து நழுவுகிறது. உடம்பில் எரிச்சலுண்டாகிறது. என்னால் நிற்க முடியவில்லை. என் மனம் சுழலுகிறது. 30

கேசவா! விபரீதமான சகுனங்கள் பல காண்கிறேன். போரிலே சுற்றத்தார்களை மடிப்பதில் எனக்கு நன்மை தோன்றவில்லை. 31

கண்ணா! நான் வெற்றியை விரும்புகிறேன்; ராஜ்யத்தையும், இன்பங்களையும் வேண்டுகிறேன். கோவிந்தா! நமக்கு ராஜ்யத்தால் ஆவதென்ன? இன்பங்களால் ஆவதென்ன? உயிர் வாழ்க்கையாலேனுமாவதென்ன? 32

யாவர் பொருட்டு நாம் ராஜ்யத்தையும், போகங்களையும், இன்பங்

(★ காண்டீபமென்பது அர்ஜுனனுடைய வில்லின் பெயர்)

களையும் விரும்புகிறோமோ, அவர்கள் உயிரையும் செல்வங்களையும் துறந்தோராய் இங்கு வந்து நிற்கிறார்கள். 33

குருக்களும், தந்தையரும், மக்களும், பாட்டன்மாரும், மாதுலரும், மாமன்மாரும், பேரரும், மைத்துனரும், சம்பந்திகளும் (இங்குளர்). 34

மதுசூதனா! யான் கொல்லப்படினும், இவர்களைக் கொல்ல விரும்பு கிலேன். மூவுலகின் ஆட்சி பெறுதற் கெனினும் (இது செய்யேன்!) பூமியின் பொருட்டுச் செய்வேனோ? 35

ஜநார்தன! திருதராஷ்டிரக் கூட்டத்தாரைக் கொன்று நாம் என்ன இன்பத்தையடையப் போகிறோம்? இந்தப் பாதகரைக் கொல்வதனால் நம்மைப் பாவமே சாரும். 36

ஆதலால், சுற்றத்தாராகிய திருதராஷ்டிர வர்க்கத்தாரைக் கொல்வது நமக்குத் தகாது. மாதவா! பந்துக்களைக் கொன்றபின் நாம் இன்புற் றிருப்பதெப்படி? 37

அவாவின் மிகுதியால் அறிவிழந்த இவர்கள் குலத்தையழிப்பதில் விளையும் தீங்கையும், நண்பருக்குச் சதி செய்வதிலுள்ள பாதகத்தையும் காண்கிலராயினும், 38

ஜநார்த்தன! குலநாசத்தால் ஏற்படுங் குற்றத்தையுணர்ந்த நாம் இப்பாவத்தினின்று விலகும் வழியறியாதிருப்பதென்ன? 39

குல நாசத்தால் என்றுமுள்ள குலதர்மங்கள் அழிகின்றன. தர்மம் அழிவதனால் குல முழுதையும் அதர்மம் சூழ்கிறதன்றோ? 40

கண்ணா! அதர்மம் சூழ்வதனால் குல ஸ்திரீகள் கெட்டுப் போகிறார்கள். விருஷ்ணி குலத் தோன்றலே! மாதர் கெடுவதனால் வர்ணக் குழப்ப முண்டாகிறது. 41

அக்குழப்பத்தால் குலத்தார்க்கும் அதனை அழித்தார்க்கும் நரகமேற்படு கிறது. இவர்களுடைய பிதிர்க்கள் பிண்டமும் நீருமின்றி வீழ்ச்சி பெறுகிறார்கள். 42

வர்ணக் குழப்பமுண்டாகும்படி குலக் கேடர் செய்யும் இக்குற்றங் களால் ஜாதி தர்மங்களும் தொன்றுதொட்டுள்ள குலதர்மங்களும் எடுபட்டுப் போகின்றன. 43

ஜநார்த்தன! குல தர்மங்கள் எடுபட்டுப் போன மனிதருக்கு எக்காலும் நரகத்தில் வாசமென்று கேள்விப்படுகிறோம். 44

அந்தோ! அரசவின்பத்தை விழைந்து சுற்றத்தாரைக் கொல்ல முற்படும் நாம் பெரிய பாவஞ்செய்யத் தலைப்பட்டோம். 45

கையிலாயுத மில்லாமல், எதிர்க்காமல் நிற்குமென்னை இந்த திருதராஷ்டிரக் கூட்டத்தார் ஆயுத பாணிகளாய்ப் போரில் மடித்து விடினும் அது எனக்குப் பெரிய நன்மையே யாம். 46

சஞ்ஜயன் சொல்லுகிறான்:

செருக்களத்தில் இவ்வாறு சொல்லிவிட்டுப் பார்த்தன் அம்புகளையும் வில்லையும் எறிந்து போட்டுத் துயரில் மூழ்கிய மனத்தனாய்த் தேர்ப் பீடத்தின் மேலுட்கார்ந்து கொண்டான்.

இங்ஙனம் உபநிஷத்தும் பிரம்ம வித்தையும் யோக சாஸ்திரமும் ஸ்ரீ கிருஷ்ணார்ஜுன சம்பாஷணையுமாகிய ஸ்ரீமத் பகவத் கீதையில் 'அர்ஜுன விஷாத யோகம்' என்ற முதல் அத்தியாயம் முற்றிற்று.

இரண்டாம் அத்தியாயம்

ஸாங்கிய யோகம்

போர் புரிய மனம் வராமல் திகைத்துத் தன்னைச் சரணடைந்த அர்ஜுனனை நோக்கிக் கண்ணன் உரைக்கின்றான்: "அர்ஜுனா, நீ வருந்துவது முற்றிலும் தவறு. எதிரிகளின் ஆன்மாவைப் பற்றி வருந்துகின்றாயா? அல்லது அவர்களின் உடலைப்பற்றி வருந்துகின்றாயா? இரண்டும் சரியல்ல. ஆன்மா என்றும் அழிவற்றது. அதைக் கத்தியால் வெட்டவும், தீயினால் எரிக்கவும் முடியாது. உடலோ அழியும் இயல்பு வாய்ந்தது. நீ அழிக்காவிடினும் அது தானே அழிய வேண்டியதுதான். ஆன்மாவுக்கு ஒருடல் அழிந்ததும், மற்றோருடல் தானே வந்து சேரும். ஆத்மாவின் இயற்கையை எண்ணி ஏற்படுத்தப்பட்ட செயல்களை நீ செய்தே தீரவேண்டும். அச்செயல்களைச் செய்யுங்கால், நாம் செய்ய வேண்டியதைச் செய்கிறோம், அதுவும் ஈசுவரப் பிரீதிக்காகவே என்று எண்ணிச் செய். இதனால் ஆத்ம ஞானம் பெருகி அதில் நிலைபெற்று நற்கதியடைவாய். ஈசுவரப் ப்ரீதியைத் தவிர மற்ற பலனைக் கோரினால் சம்சாரக் கட்டிலிருந்து தன்னை விடுவித்துக் கொள்ள முடியாது."

சஞ்ஜயன் சொல்லுகிறான் :

அவ்வண்ணம் இரக்கமிஞ்சியவனாய் நீர் நிரம்பிய சோக விழிகளுடன் வருந்திய அர்ஜுனனை நோக்கி மதுசூதனன் சொல்லுகிறான்: 1

ஸ்ரீ பகவான் சொல்லுகிறான்.

"இந்த முட்டுதலில் இவ்வுள்ளச் சோர்வை நீ எங்கிருந்து பெற்றாய்? இஃது ஆரியருக்குத் தகாது. வானுலகைத் தடுப்பது; அபகீர்த்தி தருவது அர்ஜுனா! 2

பார்த்தா! பேடித்தன்மையடையாதே! இது நினக்குப் பொருந்தது. இழிபட்ட மனத் தளர்ச்சியை நீக்கி எழுந்து நில்; பகைவரைச் சுடுவோனே!" 3

அர்ஜுனன் சொல்லுகிறான்:

"மதுசூதனா! பீஷ்மரையும், துரோணரையும் போரில் அம்புகளால் எப்படி எதிர்ப்பேன். இவர்கள் தொழுதற்குரியவர்; பகைவரையழிப்போய்! 4

பெரியோராகிய குருக்களைக் கொல்வதைவிட, உலகத்தில் பிச்சையெடுத்துண்ணலாமே. பொருளை விரும்பும் குருக்களைக் கொன்று நாம் துய்க்கும் இன்பங்கள் உதிரத்திற் (ரத்தத்தில்) கலந்தனவாம். 5

மேலும், நாம் இவர்களை வெல்லுதல், இவர்கள் நம்மை வெல்லுதல் - இவற்றுள் எது நமக்கு மேன்மையென்பது விளங்கவில்லை. எவரைக் கொன்றபின் நாம் உயிர்கொண்டு வாழ விரும்போமோ, அத்தகைய திருதராஷ்டிரக் கூட்டத்தார் போர் முனையில் வந்து நிற்கிறார்கள். 6

சிறுமையாகிய குறையால் இயல்பு அழிந்தனவாய், அறம் இன்னது என்றுணராமல் மயங்கிய அறிவுடன், யான் உன்னைக் கேட்கிறேன். எது நன்றென்பதை எனக்கு நிச்சயப்படுத்திச் சொல்லுக. நான் உன் சீடன். உன்னையே சரணமெனப் புகுந்தேன். கட்டளை தருக. 7

பூமியின் மேல் நிகரில்லாத செல்வமுடைய ராஜ்யம் பெறினும், அன்றி வானோர் மிசை ஆட்சி பெறினும் புலன்களை அடக்கும் இயல்புடைய இந்தத் துயர் எம்மைவிட்டு நீங்குமென்று தோன்றவில்லை. 8

சஞ்ஜயன் சொல்லுகிறான்:

பகைவரைக் கொளுத்தும் பார்த்தனங்கு
பசுநிரை காக்கும் பகவனை நோக்கிப்
"போரினிப் புரியேன்"
என்று வாய் புதைத்திருந்தான். 9

பாரதா, அப்போது கண்ணன் புன்னகை பூத்து இரண்டு படைகளுக்கும் நடுவே துயருற்று நின்ற பார்த்தனை நோக்கி இவ்வசன முரைக்கிறான்:

10

ஸ்ரீபகவான் சொல்லுகிறான்:

"துயர்ப்படத் தகாதார் பொருட்டுத்
துயர்ப்படுகின்றாய்!
ஞான வுரைகளு முரைக்கின்றாய்!
இறந்தார்க்கேனும் இருந்தார்க் கேனுந்
துயர் கொளார் அறிஞர்." 11

இதன் முன் எக்காலத்திலும் நான் இல்லாதிருந்திலேன். நீயும் இங்குள்ள வேந்தர் யாவரும் அப்படியே. இனி நாம் என்றைக்கும் இல்லாமற் போகவும் மாட்டோம். 12

ஆத்மாவுக்கு இவ்வுடலில் எங்ஙனம் பிள்ளைப் பிராயமும், இளமையும், மூப்பும் தோன்றுகின்றனவோ, அங்ஙனமே மற்றொரு சரீரப் பிறப்புத் தோன்றுகிறது. தீரன் அதில் கலங்கமாட்டான். 13

குந்தியின் மகனே, குளிரையும், வெப்பத்தையும், இன்பத்தையும், துன்பத்தையும் தரும் இயற்கையின் தீண்டுதல்கள் தோன்றி மறையும் இயல்புடையன, என்றுமிருப்பனவல்ல. பாரதா! அவற்றைப் பொறுத்துக் கொள். 14

யாவன் இவற்றால் துயர்ப்படான். இன்பமுந்துன்பமும் நிகரெனக் கொள்வான், அந்த தீரன் சாகாதிருக்கத் தகுவான். 15

இல்லாதது உண்மையாகாது. உள்ளது இல்லாததாகாது. உண்மையறிவார் இவ்விரண்டுக்குமுள்ள வேற்றுமையுணர்வார். 16

இவ்வுலக முழுவதிலும் பரந்து நிற்கும் பொருள் அறிவற்றதென்றறி; இது கேடற்றது; இதனை யழித்தல் யார்க்கும் இயலாது. 17

ஆத்மா நித்தியன்; அழிவற்றான்; அளவிடத்தகாதான் எனினும் அவனுடைய வடிவங்கள் கிறுதியுடையன என்பர். ஆதலால் பாரதா, போர் செய். 18

இவன் கொல்வானென்று நினைப்போனும், கொல்லப்படுவானென்று நினைப்போனும் இருவரும் அறியாதார். இவன் கொல்லுவதுமில்லை, கொலையுண்பதுமில்லை. 19

இவன் பிறப்பதுமில்லை; எக்காலத்திலும் இறப்பதுமில்லை. இவன் ஒரு முறையிலிருந்து பின்னர் இல்லாது போவதுமில்லை. இவன் பிறப்பற்றான். அனவரதன். இவன் சாசுவதன்; பழமையோன்; உடம்பு கொல்லப்படுகையில் இவன் கொல்லப்படான். 20

இப்பொருள் அழிவற்றது, பிறப்பற்றது, என்றுமுளது - இங்ஙனமுணர்வான் கொல்வதெவனை? அவன் கொல்விப்பது எவனை? 21

நைந்த துணிகளைக் கழற்றியெறிந்துவிட்டு மனிதன் புதிய துணிகள் கொள்ளுமாறு போல, ஆத்மா நைந்த உடல்களைக் களைந்து புதியன வற்றை எய்துகிறது. 22

இவனை ஆயுதங்கள் வெட்டமாட்டா; தீ எரிக்காது; நீர் இவனை நனைக்காது; காற்று உலர்த்தாது. 23

பிளத்தற்கரியவன்; எரித்தற்கும், நனைத்தற்கும், உலர்த்துதற்கும் அரியவன்; நித்தியன். எங்கும் நிறைந்தவன்; உறுதியுடையான்; அசையாதான்; என்றுமிருப்பான். 24

தெளிதற் கரியான் சிந்தனைக் கரியான்
மாறுத லில்லாதா னென்ப!
ஆதலால் இவனை இங்ஙனம் அறிந்து நீ
துயர்ப் படாதிருக்கக் கடவாய். 25

அன்றி, நீ இவனை நித்தமும் பிறந்து நித்தமும் மடிவானென்று கருதினால், அப்போதும் பெருந்தோளுடையாய், நீ இவன் பொருட்டுத் துயருறல் தகாது. 26

பிறந்தவன் சாவது உறுதியெனில், செத்தவன் பிறப்பது உறுதியெனில், இந்த விலக்கொணாச் செய்திக்கு நீ அழுங்குதல் தகுதியன்று. 27

பாரதா! உயிர்களின் ஆரம்பம் தெளிவில்லை; நடுநிலைமை தெளிவுடையது; இவற்றின் இறுதியுந் தெளிவில்லை. இதில் துயர்ப்படுவதென்ன? 28

இந்த ஆன்மாவை,
வியப்பென ஒருவன் காண்கிறான்,
வியப்பென ஒருவன் சொல்லுகிறான்,
வியப்பென ஒருவன் கேட்கிறான், கேட்கினும்
இதனை அறிவான் எவனுமிலன். 29

பாரதா! எல்லாருடம்பிலுமுள்ள இந்த ஆத்மா கொல்ல முடியாதவன். ஆதலால் நீ எங்க உயிரின் பொருட்டும் வருந்துதல் வேண்டா! 30

ஸ்வதர்மத்தைக் கருதியும் நீ நடுங்குதல் இசையாது. அறப்போரைக் காட்டிலும் உயர்ந்ததொரு நன்மை மன்னர்க்கில்லை. 31

தானே வந்தெய்வது, திறந்து கிடக்கும் பொன்னுலகவாயில் போன்றது. இத்தகைய போர் கிடைக்கப் பெறும் மன்னர் இன்பமுடையார்! 32

அன்றி நீ இந்தத் தர்ம யுத்தத்தை நடத்தாமல் விடுவாயானால், அதனால் ஸ்வதர்மத்தையும், கீர்த்தியையும் கொன்று பாவத்தையடைவாய். 33

உலகத்தார் உனக்கு மாறாத வசையுமுரைப்பார்கள். புகழ் கொண்டோன் பின்னரெய்தும் அபகீர்த்தி மரணத்திலுங் கொடிதன்றோ? 34

நீ அச்சத்தால் போரை விட்டு விலகியதாக மகாரதர் கருதுவார்கள். அவர்களுடைய நன்மதிப்பைப் பெற்ற நீ இதனால் சிறுமையடைவாய். 35

உனக்கு வேண்டாதார் சொல்லதகாத வார்த்தைகள் பல சொல்லுவார்கள். உன் திறமையைப் பழிப்பார்கள். இதைக் காட்டிலும் அதிகமான துன்பமெது? 36

கொல்லப்படினோ வானுலகெய்துவாய். வென்றால் பூமியாள்வாய். ஆதலால் போர் செயத் துணிந்து நீ எழுந்து நில். 37

இன்பம், துன்பம், இழவு, பேறு, வெற்றி, தோல்வி இவற்றை நிகரெனக்கொண்டு, நீ போர்க்கொருப்படுக. இவ்வண்ணம் புரிந்தால் பாவமெய்தாய். 38

இங்ஙனம் உனக்கு ஸாங்கிய வழிப்படி புத்தி சொன்னேன். இனி யோக வழியால் சொல்லுகிறேன்; கேள். இந்தப் புத்தி கொண்டவன் கர்மத் தளைகளைச் சிதறி விடுவான். *39*

இதில் முயற்சிக்கு அழிவில்லை. இது வரம்பு மீறிய செயற்கையுமன்று. இந்தத் தர்மத்தில் சிறிதிருப்பினும், அஃதொருவனைப் பேரச்சத்தி னின்று காப்பாற்றும். *40*

குருகுல தோன்றலே! உறுதியுடைய புத்தி இவ்வுலகத்தில் ஒருமை யுடையது. உறுதியில்லாதோரின் மதி பல கிளைப்பட்டது, முடிவற்றது. *41*

வேதங்களின் வெளியுரையில் மகிழ்வார் சிலர், பூக்களைப் போன்ற (அலங்காரச்) சொற்கள் பேசுகிறார்கள். தமது கொள்கையொழிய மற்றது பிழையென்கிறார்கள். *42*

இவர்கள் காமிகள், சுவர்க்கத்தைப் பாரமாகக் கொண்டோர். பிறப்புக்கும் தொழி லுக்கும் பயன் வேண்டுவோர்; போகத்தையும் ஆட்சியையும் வேண்டுவோர்; பலவகையான கிரியைகளைக் காட்டிப் பேசுகிறார்கள். *43*

இவர்கள் சொல்லுவதைக் கேட்டு மதிமயங்கி போகத்திலும், ஆட்சி யிலும் பற்றுறுவோருடைய நிச்சய புத்தி சமாதியில் நிலை பெறாது. *44*

மூன்று குணங்களுக்குட்பட்டனவற்றைக் குறித்து வேதங்கள் பேசு கின்றன. அர்ஜுனா! நீ மூன்று குணங்களையும் கடந்தோனாகுக. ★இருமைகளற்று எப்போதும் உண்மையில் நின்று, யோக க்ஷேமங் களைக் கருதாமல் ஆத்மாவை வசப்படுத்தியவனாகுக. *45*

எங்கும் நீர் நிரம்பிய இடத்தில் ஒரு சிறு குடம் என்ன பொருளுடையது; அன்ன பொருளே ஞானமுடைய பிராமணனுக்கு வேதங்களுமுடையன. *46*

தொழில் செய்யத்தான் உனக்கு அதிகாரமுண்டு. அதன் பயன்களில் எப்போதுமே உனக்கதிகாரமில்லை. செய்கையின் பயனைக் கருதாதே; தொழில் செய்யாமலுமிராதே. *47*

தனஞ்ஜயா! யோகத்தில் நின்று பற்றை நீக்கி வெற்றி தோல்விகளை நிகரெனக் கொண்டு தொழில்களைச் செய்க. நடுநிலையே யோகமெனப் படும். *48*

(★ இருமைகள் நன்மை–தீமை; ஒளி–இருள்; குளிர்–வெப்பம் போன்ற இரட்டை நிலைகள்)

தனஞ்ஜயா! ★ புத்தி யோகத்தைக் காட்டிலும் கர்மம் நெடுந் தொலைவு தாழ்ந்தது. புத்தியைச் சரணடை. பயனைக் கருதுவோர் லோபிகள். 49

புத்தியுடையவன் இங்கு நற்செய்கை, தீச்செய்கை இரண்டையுந் துறக்கிறான். ஆதலால் நீ யோகத்திலே பொருந்திவிடு. யோகம் செயல்களில் திறமையாம். 50

புத்தியுடைய மேதாவிகள் செய்கையில் விளையும் பயனைத் துறந்து, பிறவித் தளை நீங்கி, ஆனந்தப் பதவி அடைகிறார்கள். 51

உனது புத்தி மோகக் குழப்பத்தைக் கடந்து செல்லுமாயின், அப்போது கேட்கப்போவது, கேட்கப்பட்டது என்ற இரண்டிலும் உனக்கு வேதனையேற்படாது. 52

உனது புத்தி, கேள்வியிலே கலக்கமுறாததாய், உறுதிகொண்டு, சமாதி நிலையில் அசையாது நிற்குமாயின், அப்போது யோகத்தை அடைவாய். 53

அர்ஜுனன் சொல்லுகிறான்:

"கேசவா! உறுதிகொண்ட அறிவுடன் சமாதியில் நிற்போன் எவ்வாறு பேசுவான்? ஸ்திர புத்தியுடையவன் என்ன சொல்வான்? எப்படியிருப் பான்? எதனையடைவான்?" 54

ஸ்ரீபகவான் சொல்லுகிறான்:

"பார்த்தா! ஒருவன் தன் மனத்தில் எழும் விருப்பங்களனைத்தையும் துறந்து தன்னிலே தான் மகிழ்ச்சி பெறுவானாயின், அப்போது ஸ்திர புத்தியுடையவனென்று சொல்லப்படுகிறான்." 55

துன்பங்களிலே மனங்கெடா தவனாய்,
இன்பங்களிலே ஆவலற் றவனாய்
அச்சமும் சினமுந் தவிர்த்தவனாயின் அம்முனி,
மதியிலே யுறுதி வாய்ந்தவ னென்ப. 56

எவன் நல்லதும் கெட்டதும் வருமிடத்தே எதனிலும் வீழ்ச்சியற்றவனாய், ஆவலுறுவதும் பகைப்பதுமின்றியிருப்பானோ, அவனுடைய அறிவே நிலைகொண்டது. 57

(★ (புத்தி யோ புத்தியில் லயித்து நிற்றல்) கர்மம் (தொழில்))

ஆமை தன் அவயவங்களை இழுத்துக் கொள்ளுவது போல், எப்புறத்தும் விஷய பதார்த்தங்களினின்று புலன்களை யொருவன் மீட்க வல்லானாயின், அவனறிவே நிலை கொண்டது. 58

தம்மைக் கவராத ஜீவனிடமிருந்து விஷயங்கள் தாமே விலகிக் கொள்ளு கின்றன. எனினும் அவற்றிடமுள்ள சுவையை இவன் மறப்பதில்லை. பரம்பொருளைக் காண்பானாயின் அச்சுவையுந் தீர்ந்துவிடும். 59

குந்தியின் மகனே! (தவ) முயற்சியுடைய புருஷனிடத்திலேகூட இந்திரியங்கள் வரம்பு கடந்து செல்லும்போது தம்முடன் மனத்தையும் வலிய வாரிச் செல்கின்றன. 60

அவற்றையெல்லாம் நன்றாக அடக்கி, யோகத்தில் அமர்ந்தவனாய், என்னைப் பரமாகக் கொண்டு, புலன்களை வசப்படுத்தி வைத்திருப் பவன் எவனோ, அவனுடைய அறிவே நிலைகொண்டது. 61

மனிதன் விஷயங்களைக் கருதும்போது அவற்றில் பற்றுதலுண்டாகிறது. பற்றுதலால் விருப்பமுண்டாகிறது. விருப்பத்தால் சினம் பிறக்கிறது. 62

சினத்தால் மயக்கம்; மயக்கத்தால் நினைவு தவறுதல்; நினைவுத் தவறுதலால் புத்தி நாசம்; புத்தி நாசத்தால் அழிகிறான். 63

விழைதலும் பகைத்தலுமின்றி தனக்கு வசப்பட்ட புலன்களுடன் விஷயங்களிலே ஊடாடுவோனாய் தன் விதிக்குத் தான் உட்பட்ட மனிதனின் ஆறுதலடைகிறான். 64

சாந்தி நிலையில் மனிதனுக்கு எல்லாத் துன்பங்களும் அழிகின்றன. சித்தம் சாந்தி பெற்ற பின் ஒருவனுடைய புத்தி விரைவிலே நிலைப்படு கிறது. 65

யோகமில்லாதவனுக்குப் புத்தியில்லை. யோகமில்லாதவனுக்கு மனோ பாவனையில்லை. மனோ பாவனையில்லாதவனுக்குச் சாந்தியில்லை. சாந்தியில்லாதவனுக்கு இன்பமேது? 66

இந்திரியங்கள் சலிக்கையில் ஒருவனுடைய மனமும் அவற்றைப் பின்பற்றிச் செல்லுமாயின் அம்மனம் கடலில் தோணியைக் காற்று மோதுவதுபோல் அறிவை மோதுகிறது. 67

ஆதலால், பெருந்தோளாய், யாங்கணும் விஷயங்களினின்றும் இந்திரியங்களைக் கட்டவல்லான் எவனோ, அவனறிவே நிலை கொண்டது. 68

எல்லா உயிர்களுக்கும் இரவாகிய நேரத்தில், (தன்னைக் கட்டிய) முனி விழித்திருக்கிறான். மற்ற உயிர்கள் விழித்திருக்கும் நேரமெதுவோ அதுவே முனிக்கிரவு. 69

கடலில் நீர்த் தொகுதிகள் வந்து விழுகையில் அது மேன்மேலும் நிரப்புதற்குரிதாய் அசையா நிலைகொண்டிருப்பது போலே விருப்பங்கள் தன்னுள்ளே புகும்போது இயல்வான் எவனோ அவன் சாந்தியடைகிறான். விருப்பங்களை விரும்புவோன் அதனை அடையான். 70

இச்சையற்றான், எல்லா இன்பங்களையும் துறந்தான், எனதென்பதற்றான், யானென்பதற்றான், அவனே சாந்திநிலை அடைகிறான். 71

பார்த்தா! இது பிரம்ம ஸ்திதி. இதையடைந்தோன் பிறகு மயங்குவதில்லை. இறுதிக் காலத்திலேனும் இதில் நிலைகொள்வோன் பிரம்ம நிர்வாணமெய்துகிறான். 72

இங்ஙனம் உபநிஷத்தும் பிரம்ம வித்தையும் யோக
சாஸ்திரமும் ஸ்ரீ கிருஷ்ணார்ஜுன சம்பாஷணையுமாகிய
ஸ்ரீமத் பகவத் கீதையில் 'ஸாங்கிய யோகம்' என்ற
இரண்டாம் அத்தியாயம் முற்றிற்று.

மூன்றாம் அத்தியாயம்

கர்ம யோகம்

கர்மயோக, ஞான யோகங்களுள் ஞானயோகமே கடுகப் பலனை அளிக்குமென்றாலும், கர்ம யோகமே செய்யத் தக்கது. ஆக்கையிருக்கும் வரையில் மனிதனுக்கு ஏதாவதொரு தொழிலைச் செய்வதே இயற்கை யாயிருக்கும். அவன் துணிந்து வேறு துறைகளிலிருந்த போதிலும் புலன்கள் அவனை இழுத்துச் செய்கையிலேயே கொண்டு வந்து நிறுத்தும். இந்திரியங்களை அடக்கி ஞான நிலையில் நிற்கும் திறமை வாய்ந்தவனும் கர்மங்களையே செய்யக் கடவன். ஏனெனில், இவனது உண்மை நிலையறியாத பாமரர்களும், இவனைக் கண்டு தாங்களும் கர்மங்களைவிட்டு ஞானத்துறையில் துணிவுறுவார்கள். அதனால் அவர்கள் கர்மயோகத்தையிழந்ததுமின்றி ஞானயோகத்தையுமிழந்து முன்னிலும் தாழ்ந்த நிலைமைக்கு வந்துவிடுவார்கள். அவர்கள் கெடுவதற்கு இவனே காரணமாவான். ஆகையால் ஞான யோகத்தில் திறமையுள்ளவனுக்கும், திறமையில்லாதவனுக்கும், கர்மயோகமே மேலானது. கர்மங்களைச் செய்யும்போது, இந்நிலைமை எனக்கு பிரகிருதி சம்பந்தத்தால் வந்தேறியதென்றும் ஈசுவரனுடைய கட்டளை யினால் அவனுதவியைக் கொண்டு அவனுடைய பிரீதிக்காகவே செய்கிறோம் என்றும் எண்ணிச் செய்ய வேண்டும்.

அர்ஜுனன் சொல்லுகிறான்:

ஜனார்த்தன! செய்கையைக் காட்டிலும் புத்தியே சிறந்ததென்பது நின் கொள்கையாயின் இந்தக் கொடிய செய்கையில் என்னைப் புகுத்துவ தென்னே, கேசவா? 1

குழப்பமான பேச்சினால் என் புத்தியை மயங்கச் செய்கிறாய். ஆதலால் எது எனக்கு நன்மை தருமென்பதை உறுதிப்படுத்தி ஒரே வார்த்தையாகச் சொல். 2

ஸ்ரீபகவான் சொல்லுகிறான்:

பாபமொன்றுமில்லாத அர்ஜுனா, இவ்வுலகத்தில் இரண்டுவித நிஷ்டை முன்னர் என்னால் கூறப்பட்டது, ஸாங்கியர்களின் ஞானயோகத் தால் எய்துவது, யோகிகளின் கர்ம யோகத்தால் எய்துவது என. 3

தொழில்களைத் தொடாமலேயிருப்பதனால் மனிதன் செயலற்ற நிலை அடைவதில்லை. துறவினாலேயே மனிதன் ஈடேற்றம் பெற்றுவிட மாட்டான். 4

எவனும் ஒரு கணப்பொழுதேனும் செய்கையின்றிருப்பதில்லை. இயற்கையில் விளையும் குணங்களே எல்லா உயிர்களையும் அவசர மாகத் தொழில் புரிவிக்கின்றன. 5

கர்மேந்திரியங்களை அடக்கிக்கொண்டு, ஆனால் இந்திரிய விஷயங் களை மனத்தால் ஸ்மரித்துக் கொண்டிருப்போனாகிய மூடாத்மா பொய்யொழுக்கமுடையவனென்று சொல்லப்படுகிறான். 6

அர்ஜுனா! எவன் இந்திரியங்களை மனத்தால் கட்டுப்படுத்திக் கொண்டு, கர்மேந்திரியங்களால் கர்ம யோகம் பண்ணுகிறானோ, அவன் சிறந்தவன். 7

விதிக்கப்பட்ட தொழிலை நீ செய். தொழில் தொழிலின்மையைக் காட்டிலும் சிறந்ததன்றோ? தொழிலின்றி இருப்பதால் உடம்பைக் கொண்டு செலுத்துதல்கூட உனக்கில்லாமல் போய்விடும். 8

வேள்வியின் பொருட்டென்று செய்யப்படுவது தவிர மற்றைத் தொழில் மனிதருக்குத் தளையாகிறது. ஆதலால், குந்தி மகனே, பற்றை களைந்து தொழில் செய்து கொண்டிரு. 9

முன்பு பிரம்மதேவன் வேள்வியுடனே உயிர்க்குலத்தை ஒருமிக்கப் படைத்துச் சொல்லினான்: இதனால் பல்குவீர்கள், நீங்கள் விரும்பும் விருப்பங்களையெல்லாம் உங்களுக்கிது கறந்து தரும். 10

இதனால் தேவர்களைக் கருதக் கடவீர்; அந்த தேவர் உங்களைக் கருதக் கடவர்; (இங்ஙனம்) பரஸ்பரமான பாவனை செய்வதனால் உயர்ந்த நலத்தை எய்துவீர்கள். 11

வேள்வியில் பாவனை செய்யப்பட்ட தேவர் உங்களுக்கு விரும்பிய போகங்களையெல்லாம் தருவர். அவர்களுக்குக் கைம்மாறு செலுத்தா மல் அவர்கள் கொடுப்பதை உண்போன் கள்வனேயாவான். 12

வேள்வியின் மிச்சத்தை யுண்ணும் நல்லோர் எல்லாப் பாபங்களி னின்றும் விடுபடுகிறார்கள். தம்பொருட்டென்று மாத்திரமே உணவு சமைக்கும் பாவிகள் பாவத்தை உண்ணுகிறார்கள். 13

அன்னத்தால் உயிர்கள் சமைகின்றன. மழையால் உணவு தோன்றுகிறது. மழை வேள்வியால் ஆகிறது. வேள்வி செய்கையினின்று பிறப்பது. 14

செய்கை பிரம்மத்தினின்றும் பிறப்பதென்றுணர். பிரம்மம் அமிர்தத்தில் தோன்றுகிறது. ஆதலால் எங்கும் நிறைந்த பிரம்மம் எப்போதும் வேள்வியில் நிலைபெற்றது. 15

இங்ஙனம் சுழலும் வட்டத்தை இவ்வுலகில் பின்பற்றி ஒழுகாதோன் பாப வாழ்க்கையுடையான், புலன்களிலே களித்தான்; பார்த்தா, அவன் வாழ்க்கை விழலேயாம். 16

தன்னிலே தான் இன்புறுவான், தன்னிலே தான் திருப்தியடைவான், தன்னிலே தான் மகிழ்ந்திருப்பான், அவனுக்குத் தொழிலில்லை. 17

அவனுக்குச் செய்கையில் யாதொரு பயனுமில்லை; செயலின்றி இருப்பதிலும் அவனுக்குப் பயனில்லை; எவ்விதப் பயனையுங் கருதி அவன் எந்த உயிரையுஞ் சார்ந்து நிற்பதில்லை. 18

ஆதலால் எப்போதும் பற்று நீங்கிச் செய்யத்தக்க தொழிலைச் செய்து கொண்டிரு. பற்றில்லாமல் தொழில் செய்து கொண்டிருக்கும் மனிதன் பரம்பொருளை எய்துகிறான். 19

ஜனகன் முதலியோர் செய்கையாலேயே சித்தி பெற்றார்கள். உலக நன்மையைக் கருதியும் நீ தொழில் புரிதல் தகும். 20

எதனையெதனை உயர்ந்தோன் செய்கிறானோ, அதையே மற்ற மனிதர் பின்பற்றுகிறார்கள். அவன் எதைப் பிரமாணமாக்குகிறானோ, அதையே உலகத்தார் தொடருகிறார்கள். 21

பார்த்தா! மூன்றுலகத்திலும் எனக்கு யாதொரு கடமையுமில்லை. நான் பெற்றிராத பேறுமில்லை. எனினும் நான் தொழிலிலேதான் இயங்கு கிறேன். 22

நான் சோம்பரில்லாமல் எப்போதும் தொழில் செய்து கொண்டிரா விடின், பார்த்தா, எல்லாப் பக்கங்களிலும் மனிதர் என் வழியையே பின்பற்றுவார்கள். 23

நான் தொழில் செய்யாவிட்டால், இந்த ஜனங்களெல்லோரும் அழிந்து போவார்கள்; குழப்பத்தை நான் ஆக்கியோன் ஆவேன்; இந்த மக்களை யெல்லாங் கொல்வோனாவேன். 24

பார்தா! அறிவில்லாதார் செய்கையில் பற்றுடையோராய் எப்படித் தொழில் செய்கிறார்களோ அப்படியே அறிவுடையோன் பற்றை நீக்கி உலக நன்மையை நாடித் தொழில் செய்ய வேண்டும். 25

அறிவுடையோன் தொழிலில் பற்றுதல் கொண்ட அஞ்ஞானிகளுக்கு புத்தி பேதம் விளைவிக்கக் கூடாது. அவன் யோகத்தில் நின்று தொழில் செய்து எல்லாத் தொழில்களையும் கவர்ச்சியுடையனவாக்க வேண்டும். 26

எங்கும் தொழில்கள் இயற்கையின் குணங்களால் செய்யப்படுகின்றன. அகங்காரத்தால் மயங்கியவன், "நான் செய்கிறேன்" என்று நினைக் கிறான். 27

குணம், செய்கை இவற்றினுடைய பிரிவுகளின் உண்மையறிந்தோன், "குணங்கள் குணங்களில் இயலுகின்றன" என்று கருதிப் பற்றற்றிருப் பான். 28

இயற்கையில் குணங்களால் மயங்கியவர்கள் குணங்களிலும் தொழில் களிலும் பற்றுதலடைகிறார்கள். சிற்றறிவுடைய அந்த மனிதர்களை முழுதுணர்ந்த ஞானி உழல்விக்கக்கூடாது. 29

எல்லாச் செய்கைகளையும் உள்ளறிவினால் எனக்கு அர்ப்பணமாகத் துறந்துவிட்டு, ஆசை நீங்கி, எனது என்பது அற்று, மனக் காய்ச்சல் தீர்ந்தவனாய்ப் போர் செய்யக் கடவாய். 30

என்னுடைய இந்த நித்தியமான கொள்கையை எந்த மனிதர் சிரத்தையுடையோராய்ப் பொறாமையின்றிப் பின்பற்றுகிறார்களோ, அவர்களும் தொழில்களிலிருந்து விடுபடுகிறார்கள். 31

என்னுடைய இக்கொள்கையை யாவர் பொறாமையால் பின்பற்றாது விடுகிறார்களோ, எவ்வித ஞானமுமில்லாத அம்மூடர்களை நாசமடைந் தோராகவே தெரிந்து கொள். 32

ஞானமுடையவன்கூடத் தன் இயற்கைக்குத் தக்கபடியே நடக்கிறான். உயிர்கள் இயற்கைப்படி நடக்கின்றன. அடக்குதல் பயன்படாது. 33

இந்திரியத்துக்கு இந்திரிய விஷயத்தில் விருப்பு வெறுப்புக்கள் ஏற்பட்டிருக்கின்றன. இவ்விரண்டுக்கும் ஒருவன் வசப்படலாகாது. இவை இவனுக்கு வழித் தடைகளாம். 34

நன்றாகச் செய்யப்படும் பர தர்மத்தைக் காட்டிலும் குணமற்ற தெனினும், ஸ்வதர்மமே சிறந்தது. ஸ்வதர்மத்தில் இறந்துவிடினும் நன்றேயாம். பர தர்மம் பயத்துக்கிடமானது. 35

அர்ஜுனன் சொல்லுகிறான் :

விருஷ்ணி குலத் தோன்றலே! மனிதனுக்கு இச்சையில்லாதபோதும் அவனை வலியக் கொண்டு புகுத்துவது போல் தூண்டிப் பாவம் செய்விப்பது யாது? 36

ஸ்ரீ பகவான் சொல்லுகிறான்:

இஃது விருப்பமும் சினமும், ரஜோ குணத்திற் பிறப்பது; பேரழிவு செய்வது; பெரும்பாவம். இதனை இங்கு சத்துருவாகத் தெரிந்து கொள். 37

புகையினால் தீ சூழப்பட்டிருப்பது போலவும், கண்ணாடி அழுக்கால் மாசுபடுவது போலவும், கர்ப்பத்தைக் கருப்பை சூழ்ந்திருப்பது போலவும் இது இவ்வுலகைச் சூழ்ந்திருக்கிறது. 38

குந்தியின் மகனே, விருப்பமெனப்படும் இந் நிரப்பொணாத் தீ, ஞானிக்கு நித்தியப் பகையாய் ஞானத்தைச் சூழ்ந்து நிற்கிறது. 39

இந்திரியங்களும், மனமும், புத்தியும் இதற்கு நிலைக்களன் என்பர். இவற்றால் இது ஞானத்தைச் சூழ்ந்து மனிதனை மயங்குவிக்கிறது. 40

ஆதலால் பாரத ரேறே, நீ தொடக்கத்தில் இந்திரியங்களைக் கட்டுப்
படுத்திக் கொண்டு ஞானத்தையும் விஞ்ஞானத்தையும் அழிப்பதாகிய
இந்த பாவத்தைக் கொன்று விடு.   41

இந்திரியங்களை உயர்வுடையன வென்பர். அவற்றிலும் மனம் மேல்;
மனத்தைக் காட்டிலும் புத்தி மேல்; புத்திக்கு மேலே அவன் (ஆத்மா).

42

இங்ஙனம் புத்திக்கு மேலான பொருளை (ஆத்மாவை) உணர்ந்து,
தன்னைத்தான் உறுதிப்படுத்திக் கொண்டு, வெல்லற்கரிய விருப்பமாம்
பகையைக் கொல்லக் கடவாய், பெருந்தோளுடையாய்!   43

இங்ஙனம் உபநிஷத்தும் பிரம்ம வித்தையும் யோக
சாஸ்திரமும் ஸ்ரீ கிருஷ்ணார்ஜுன சம்பாஷணையுமாகிய
ஸ்ரீமத் பகவத் கீதையில் 'கர்மயோகம்' என்ற
மூன்றாம் அத்தியாயம் முற்றிற்று.

நான்காம் அத்தியாயம்

ஞான கர்ம சந்யாச யோகம்

அர்ஜுனா, உன்னை ஏமாற்றிச் சண்டையில் உற்சாக மூட்டுவதற்காக உன்னைக் கர்ம யோகத்தில் தூண்டுகிறேன் என்று எண்ணாதே. உலகத்தை படைக்கும் போதே இக்கர்ம யோகத்தை நான் மனுவுக்கு உபதேசித்தேன். பிறகு மனுவின் வழியாக உலகில் அது பரவிற்று என்று சொல்லிக் கண்ணன் தனது அவதார ரகசியத்தைக் கூறுகிறான். பிறகு கர்ம யோகத்தின் பிரிவுகளையும் அவற்றுள்ளடங்கிய ஆத்ம ஞானத்தின் பெருமையையும் விளக்குகிறான். கர்மயோகம் ஞான பாகத்தை உள்ளடைக்கிக் கொண்டிருப்பதால் அதுவே ஞான யோகத்தின் பலனையும் அளிக்கும் என்று கூறுகிறான்.

ஸ்ரீபகவான் சொல்லுகிறான்:

இந்த அழிவற்ற யோகத்தை நான் முன்னர் விவஸ்வானுக்குச் சொன்னேன். விவஸ்வான் மனுவுக்குச் சொன்னான். மனு இக்ஷ்வாகு ராஜனுக்குக் கூறினான். 1

இவ்வாறு பரம்பரையாகக் கிடைத்த இதனை ராஜரிஷிகள் உணர்ந்திருந்தனர். பார்த்தா! அந்த யோகம் கால மிகுதியால் இவ்வுலகத்தில் இழக்கப்பட்டது. 2

அந்தப் பழைய யோகத்தையே இன்று நான் உனக்குச் சொன்னேன், நீ என் பக்தனும் தோழனுமென்பது கருதி, இது மிகவும் உயர்ந்த ரகசியம். *3*

அர்ஜுனன் சொல்லுகிறான்:

உன் பிறப்புப் பிந்தியது; விவஸ்வானுடைய பிறப்பு முந்தியது. நீ இதை ஆதியில் சொன்னவனென்று நான் தெரிந்து கொள்வதெப்படி? *4*

ஸ்ரீபகவான் சொல்லுகிறான்:

அர்ஜுனா! எனக்குப் பல ஜன்மங்கள் கழிந்திருக்கின்றன. உனக்கும் அப்படியே. பார்த்தா! நான் அவற்றை எல்லாம் அறிவேன்; நீ அவற்றை அறிகிலை. *5*

பிறப்பற்றே னெனினும், அழிவற்றே னெனினும், உயிர்களுக்கெல்லாம் ஈசனே யெனினும், யான் எனது பிரகிருதியில் நிலைபெற்று ஆத்ம மாயையால் பிறப்பெய்துகிறேன். *6*

பார்த்தா! எப்போதெப்போது தர்மம் அழிந்துபோய் அதர்மம் எழுச்சி பெறுமோ, அப்போது நான் என்னைப் பிறப்பித்துக் கொள்ளுகிறேன். *7*

நல்லோரைக் காக்கவும், தீயன் செய்வோரை அழிக்கவும், அறத்தை நிலைநிறுத்தவும் நான் யுகந்தோறும் பிறக்கிறேன். *8*

எனது தெய்வத்தன்மை கொண்ட பிறப்பும் செய்கையும் இங்ஙன மென்பதை உள்ளபடி யுணர்வோன் உடலைத் துறந்த பின்னர் மறு பிறப்பு எய்துவதில்லை. அர்ஜுனா! அவன் என்னை எய்துகிறான். *9*

விருபத்தையும், அச்சத்தையும் சினத்தையும் துறந்தோராய் என் மயமாய், என்னை அடைக்கலம் புகுந்து ஞானத் தவத்தால் தூய்மை பெற்று என்னியல்பு எய்தினோர் பலர். *10*

யாவர் என்னை எங்ஙனம் வேண்டுகிறார்களோ அவர்களை நான் அங்ஙனமே சார்கிறேன். பார்த்தா! மனிதர் யாங்கணும் என் வழியையே பின்பற்றுகிறார்கள். *11*

தொழில்களில் வெற்றியை விரும்புவோர் இங்கு தேவதைகளைப் பூஜை செய்கிறார்கள். மனிதவுலகத்தில் தொழிலினின்றும் வெற்றி விரைவில் விளைவதன்றோ! *12*

குணத்துக்கும் செய்கைக்கும் தக்கபடி நான் நான்கு வர்ணங்களைச் சமைத்தேன். செய்கையற்றவனும் அழிவற்றவனுமாகிய யானே அவற்றைச் செய்தோனென்றுணர். 13

என்னைக் கர்மங்கள் ஒட்டுவதில்லை. எனக்குக் கர்மப் பயனில் விருப்பமில்லை. இங்ஙனம் என்னையறிவோன் கர்மங்களால் கட்டப்பட மாட்டான். 14

முற்காலத்தில் முக்தியை வேண்டினோரும் இதையுணர்ந்து தொழிலே செய்தனர். ஆதலால் முன்னோர்கள் முன்பு செய்தபடி, நீயும் தொழிலையே செய்யக்கடவாய். 15

எது தொழில்; எது தொழிலல்லாதது என்ற விஷயத்தில் ஞானிகளும் மயக்க மெய்துகிறார்கள். ஆதலால் உனக்குத் தொழிலினியல்பை உணர்த்துகிறேன். இதை அறிவதனால் தீங்கினின்றும் விடுபடுவாய். 16

தொழிலின் இயல்புந் தெரியவேண்டும்; தொழிற்கேட்டின் இயல்புந் தெரிய வேண்டும்; தொழிலின்மையின் இயல்புந் தெரிய வேண்டும்; கர்மத்தின் நடை மிகவும் சூழ்ந்தது. 17

செய்கையில் செயலின்மையும், செயலின்மையில் செய்கையும் எவன் காணுகிறானோ, அவனே மனிதரில் அறிவுடையோன்; அவன் எத்தொழில் செய்கையிலும் யோகத்திலிருப்பான். 18

எவனுடைய செய்கைத் தொடக்கங்களெல்லாம் விருப்பு நினைவு தவிர்ந்தனவோ, அவனுடைய செயல்கள் ஞானத் தீயால் எரிக்கப்பட்டனவாம்; அவனை ஞானிகள் அறிவுடையோனென்கிறார்கள். 19

கர்மப் பயனிலே பற்றுக் களைந்தவனாய் எப்போதும் திருப்தியுடையோனாய் எதனிலும் சார்பற்று நிற்போன் செய்கை செய்து கொண்டிருக்கையிலும் செயலற்றவனாவான். 20

ஆசையற்றவனாய், சித்தத்தை ஆத்மாவால் கட்டுப்படுத்தி, எவ்வித தானங்களும் வாங்குவதைத் துறந்து, வெறுமே சரீரத் தொழில் மாத்திரம் செய்து கொண்டிருப்போன் பாவத்தையடைய மாட்டான். 21

தானாக வந்தெய்தும் லாபத்தில் சந்தோஷமுறுவோனாகி, இருமை களைக் கடந்து, பொறாமையற்றவனாய் வெற்றியிலும் தோல்வியிலும் சமநிலை பெற்றான் தொழில் செய்தாலும் அதனால் கட்டுப்படுவதில்லை. 22

பற்றுதலகன்றான், விடுதலை கொண்டான், ஞானத்தில் மதி நிலைக்கப் பெற்றான். வேள்வியெனக் கருதித் தொழில் புரிவான் அவனுடைய கர்மமெல்லாம் தானே நழுவிப் போய் விடுகிறது. 23

பிரம்மத்துக்கு அர்ப்பணமாக பிரம்ம அவியை பிரம்மத் தீயில் பிரம்மத்தால் ஓமம் பண்ணுவோன், பிரம்மத்தின் செய்கையில் சமாதான மெய்டினோன், அவன் பிரம்மத்தை அடைவான். 24

சில யோகிகள் தேவருக்குச் செய்யப்படும் வேள்வியை வழிபடு கிறார்கள். வேறு சிலர் பிரம்மத் தீயில் வேள்வியையே ஆகுதி செய்து வேட்கின்றனர். 25

வேறு சிலர் உட்கரணத்தை யடக்குதலாகிய சம்யமம் என்ற தீயில் செவி முதலிய இந்திரியங்களை ஆகுதி செய்கிறார்கள். வேறு சிலர் இந்திரியங்களாகிய தழல்களில் ஒலி முதலிய விஷயங்களைச் சொரி கிறார்கள். 26

வேறு சிலர் ஞானத்தால் கொளுத்துண்ட தன்னாட்சியென்ற யோகத்தீயில் எல்லா இந்திரியச் செயல்களையும் உயிர்ச் செயல்களையும் ஓமம் பண்ணுகிறார்கள். 27

விரதங்களை நன்கு பாதுகாக்கும் முனிகளில் வேறு சிலர் திரவியத்தால் வேள்வி செய்வோர்; சிலர் தவத்தால் வேட்போர்; சிலர் யோகத்தால் வேட்போர்; சிலர் கல்வியால் வேட்போர்; சிலர் ஞானத்தால் வேட்போர். 28

இனி வேறு சிலர் பிராணாயாமத்தில் ஈடுபட்டவர்களாய் பிராணன், அபானன் என்ற வாயுக்களின் நடையைக் கட்டுப்படுத்தி அபான வாயுவில் பிராணவாயுவையும், பிராணவாயுவில் அபானத்தையும் ஆகுதி பண்ணுகிறார்கள். 29

வேறு சிலர் உணவை ஒழுங்குபடுத்தி உயிரை உயிரில் ஆகுதி செய்கிறார்கள். இவ்வனைவரும் வேள்வி நெறியுணர்ந்து வேள்வியால் பாவமற்றுப் போயினோர். 30

வேள்வியில் மிஞ்சிய அமுதை யுண்போர் என்று முளதாகிய பிரம்மத்தை எய்துகிறார்கள். வேள்வி செய்யாதோருக்கிவுலகமில்லை. அவர்களுக்குப் பரலோகமேது. குருகுலத்தால் சிறந்தோய்! 31

பிரம்மத்தின் முகத்தில் இங்ஙனம் பலவித வேள்விகள் விரித்துக் காட்டப்பட்டிருக்கின்றன. அவையெல்லாம் தொழிலிலே பிறப்பன வென்றுணர். இவ்வாறுணர்ந்தால் விடுதலை பெறுவாய். 32

பார்த்தா! திரவியத்தைக் கொண்டு செய்யப்படும் வேள்வியைக் காட்டிலும் ஞானவேள்வி சிறந்தது. பார்த்தா! கர்மமெல்லாம், முற்றிலும், ஞானத்தில் முடிவு பெறுகிறது. 33

அதனை வணக்கத்தாலும், சூழ்ந்த வேள்வியாலும், தொண்டு புரிவதாலும் அறிந்து கொள். உண்மை காணும் ஞானிகள் உனக்கு ஞானத்தை உபதேசிப்பார்கள். 34

அந்த ஞானம் பெறுவதனால், பாண்டவா, நீ அப்பால் இவ்வித மயக்க மெய்தமாட்டாய். இதனால் நீ எல்லா உயிர்களையும், மிச்சமன்றி நின்னுள்ளே காண்பாய். அப்பால் அவற்றை என்னுள்ளே காண்பாய். 35

பாவிகளெல்லாரைக் காட்டிலும் நீ அதிகப் பாவியாக இருந்தாலும், அப்பாவத்தையெல்லாம் ஞானத் தோணியால் கடந்து செல்வாய். 36

நன்கு கொளுத்துண்ட தீ விறகுகளைச் சாம்பலாக்கிவிடுதல் போலவே, அர்ஜுனா! ஞானத் தீ எல்லா வினைகளையும் சாம்பலாக்கிவிடும். 37

ஞானத்தைப் போல் தூய்மை தரும் பொருள் இவ்வுலகத்தில் வேறெதுவுமில்லை. யோகத்தில் நல்ல சித்தியடைந்தவன் தானாகவே தக்க பருவத்தில் அதைத் தனக்குள் கிடைக்கப் பெறுகிறான். 38

பிரம்மத்தைப் பரமாகக் கொண்டு, இந்திரியங்களைக் கட்டுப்படுத்தியவனாய், சிரத்தையுடையோன் ஞானத்தையடைகிறான். ஞானத்தை அடைந்தபின் விரைவிலே பரசாந்தி பெறுகிறான். 39

அறிவும் சிரத்தையுமின்றி ஐயத்தை இயல்பாகக் கொண்டோன் அழிந்து போகிறான். ஐயமுடையோனுக்கு இவ்வுலகமில்லை; மேலுலகமில்லை; இன்பமுமில்லை. 40

யோகத்தால் செய்கைகளைத் துறந்து, ஞானத்தால் ஐயத்தை அறுத்துத் தன்னைத்தான் ஆள்வோனை, தனஞ்ஜயா! கர்மங்கள் கட்டுப்படுத்த மாட்டா! 41

அஞ்ஞானத்தால் தோன்றி நெஞ்சில் நிலைகொண்டிருக்கும் இந்த ஐயத்தை உன் ஞான வாளால் அறுத்து யோக நிலை கொள். பாரத! எழுந்து நில்! 42

இங்ஙனம் உபநிஷத்தும் பிரம்ம வித்தையும் யோக சாஸ்திரமும் ஸ்ரீ கிருஷ்ணார்ஜுன சம்பாஷணையுமாகிய ஸ்ரீமத் பகவத் கீதையில் 'ஞான கர்ம சந்யாச யோகம்' என்ற நான்காம் அத்தியாயம் முற்றிற்று.

ஐந்தாம் அத்தியாயம்

சந்யாச யோகம்

கர்மயோகத்தில் ஞான பாகமடங்கி இருப்பதாலும், ஞான யோகத்தில் கர்ம பாகமடங்கி யிருப்பதாலும் இரண்டும் ஒன்றே. அவை இரண்டும் ஒரே விதமான பலனைக் கொடுக்கக் கூடியவை. அவை வெவ்வேறு பலனை அளிக்கும் என்று கூறுபவர் பலர். அவர்கள் அறிவில் தேர்ச்சி பெறாதவர்கள். ஆனால், கர்ம யோகமின்றி, ஞான யோகத்தைப் பெற இயலாது. சுக துக்கங்களைப் பொருட்படுத்தாமல் கர்ம யோகத்தையே தழுவியிருந்தால் பலனைக் கடுகப் பெறலாம். எல்லா ஆத்மாக்களும் ஒரே மாதிரியானவை. தோற்ற வேறுபாடு களெல்லாம் தேக சம்பந்தத்தால் வந்தவை என்ற உணர்வு வேண்டும்.

அர்ஜுனன் சொல்லுகிறான்:

கண்ணா! செய்கைகளின் துறவைப் புகழ்ந்து பேசுகிறாய்; பின்னர் அவற்றுடன் கலப்பதைப் புகழ்கிறாய். இவ்விரண்டில் எதுவொன்று சிறந்ததென்பதை நன்கு நிச்சயப்படுத்தி என்னிடம் சொல். 1

ஸ்ரீபகவான் சொல்லுகிறான்:

துறவு, கர்ம யோகம், இவ்விரண்டும் உயர்ந்த நலத்தைத் தருவன. இவற்றுள் கர்மத் துறவைக் காட்டிலும் கர்மயோகம் மேம்பட்டது. 2

பகைத்தலும் விரும்புதலுமில்லாதவனை நித்திய சந்யாசி என்றுரைக்கக் கடவாய். பெருந்தோலுடையாய், இருமை நீங்கி அவன் எளிதில் பந்தத்தினின்று விடுபடுகிறான். 3

சாங்கியத்தையும் யோகத்தையும் வெவ்வேறென்று சொல்வோர் குழந்தைகள்; பண்டிதர்கள் அங்ஙனம் கூறார். இவற்றுள் யாதேனு மொன்றில் நன்கு நிலைபெற்றோன் இரண்டின் பயனையும் எய்து கிறான். 4

சாங்கியர் பெறும் நிலையையே யோகிகளும் பெறுகிறார்கள். சாங்கியத் தையும் யோகத்தையும் எவன் ஒன்றாகக் காண்பானோ, அவனே காட்சியுடையான். 5

பெருந் தோளாய், யோகமில்லாதவன் சந்நியாசம் பெறுதல் கஷ்டம். யோகத்தில் பொருந்திய முனி விரைவில் பிரம்மத்தை அடைகிறான். 6

யோகத்திலே மருவித் தூய்மை யுற்றோன், தன்னை தான் வென்றோன். இந்திரியங்களின் மீது வெற்றி கொண்டோன், எல்லா உயிர்களுந்தானேயவன், அவன் தொழில் கொண்டிருப்பினும், அதில் ஒட்டுவதில்லை. 7

உண்மை அறிந்த யோகி, "நான் எதனையும் செய்வதில்லை" என்றெண்ணக் கடவான். காண்கினும், கேட்கினும், தீண்டினும், மோப்பினும், உண்பினும், நடப்பினும், உயிர்ப்பினும், உறங்கினும், 8

புலம்பினும், விடினும், வாங்கினும், இமைகளைத் திறப்பினும், மூடினும், "இந்திரியங்கள் தம்முடைய விஷயங்களில் சலிக்கின்றன" என்று கருதியிருக்கக் கடவான். 9

செய்கைகளையெல்லாம் பிரம்மத்தில் சார்த்திவிட்டுப் பற்றுதலை நீக்கி எவன் தொழில் செய்கிறானோ அவன், நீரில் தாமரையிலைபோல், பாவத்தால் தீண்டல் பெறுவதில்லை. 10

யோகிகள் பற்றுதலைக் களைந்து, ஆத்ம சுத்தியின் பொருட்டாக உடம்பாலும், மனத்தாலும், புத்தியாலும் அன்றி வெறும் இந்திரியங் களாலும் தொழில் செய்வார். 11

யோகத்தில் பொருந்தியவன் கர்மப் பயனைத் துறந்து நிஷ்டைக் குரிய சாந்தியை அடைகிறான். யோகத்தில் இணங்காதோன் விருப்பத் துக்கு வசமாய்ப் பயனிலே பற்றுதல் கொண்டு தளைப்படுகிறான். 12

தன்னை வசங்கொண்ட ஆத்மா எல்லாக் கர்மங்களையும் மனதால் துறந்து, எதனையும் செய்வதுமின்றிச் செய்விப்பதுமின்றி, ஒன்பது வாயில் கொண்ட உடற்கோட்டையில் இன்புற்றிருக்கிறான். 13

செய்கைத் தலைமை, செய்கை, செய்கைப் பயன் பெறுதல் இவற்றுளெ தனையும் கடவுள் மனிதனுக்குத் தரவில்லை. இயற்கையே இயல் பெறுகிறது. 14

எவனையும் பாவி அல்லது நற்செய்கையுடையோனென்று கடவுள் ஏற்பதில்லை. அஞ்ஞானத்தால் ஞானம் சூழப்பட்டிருக்கிறது. அதனால் ஜந்துக்கள், மயக்கமெய்துகின்றன. 15

அந்த அஞ்ஞானத்தை ஆத்ம ஞானத்தால் அழித்தவர்களுடைய ஞானம் சூரியனைப் போன்றதாய்ப் பரம்பொருளை ஒளியுறக் காட்டுகிறது. 16

பிரம்மத்தில் புத்தியை நாட்டி, அதுவே தாமாய், அதில் நிஷ்டையெய்தி, அதில் ஈடுபட்டோர், தம்முடைய பாவங்களெல்லாம் நன்கு கழுவப் பெற்றோராய், மீளாப் பதமடைகிறார்கள். 17

கல்வியும் விநயமும் நன்கு கற்ற பிராமணனிடத்திலும், பசுவினிடத்தும், யானையினிடத்தும், நாயினிடத்தும், நாயைத் தின்னும் புலையனிடத்தும் பண்டிதர் சமப் பார்வையுடையோர். 18

மனம் சமநிலையில் நிற்கப் பெற்றோர் இவ்வுலகத்திலேயே இயற்கையை வென்றோராவர். பிரம்மம் மாசற்றது. சம நிலையுற்றது ஆதலால் அவர்கள் பிரம்மத்தில் நிலைபெறுகிறார்கள். 19

விரும்பிய பொருளைப் பெறும்போது களி கொள்வான்; பிரியமற்றதைப் பெறும்போது துயர்ப்பட மாட்டான்; பிரம்மஞானி ஸ்திர புத்தியுடையோனாய், மயக்கம் நீங்கி, பிரம்மத்தில் நிலை பெறுகிறான். 20

புறத் தீண்டுதல்களில் பற்றுதல்கள் கொள்ளாமல் தனக்குள்ளே இன்பத்தைக் காண்போன் பிரம்ம யோகத்தில் பொருந்தி அழியாத இன்பத்தை எய்துகிறான். 21

புறத் தீண்டுதல்களில் தோன்றும் இன்பங்கள் துன்பத்திற்குக் காரணங்களாகும். அவை தொடக்கமும் இறுதியுமுடையான, குந்தி மகனே, அறிவுடையோன் அவற்றில் களியுறுவதில்லை. 22

சரீரம் நீங்குமுன்னர், இவ்வுலகத்திலேயே விருப்பத்தாலும் சினத்தாலும் விளையும் வேகத்தை எவன் பொறுக்க வல்லானோ அந்த மனிதன் யோகி, அவன் இன்பமுடையோன். 23

தனக்குள்ளே இன்பமுடையவனாய், உள்ளே மகிழ்ச்சி காண்பவனாய், உள்ளே ஒளி பெற்றவனாகிய யோகி, தானே பிரம்மமாய், பிரம்ம நிர்வாணமடைகிறான். 24

இருமைகளை வெட்டிவிட்டுத் தம்மைத்தாம் கட்டுப்படுத்தி, எல்லா உயிர்களுக்கும் இனியது செய்வதில் மகிழ்ச்சியெய்தும் ரிஷிகள் பாவங்க ளொழிந்து பிரம்ம நிர்வாணம் அடைகிறார்கள். 25

விருப்பமும், சினமும் தவிர்ந்து சித்தத்தைக் கட்டுப்படுத்திய ஆத்ம ஞானிகளாகிய முனிகளுக்கு பிரம்ம நிர்வாணம் அருகிலுள்ளது. 26

புறத் தீண்டுதல்களை அகற்றிப் புருவங்களுக்கிடையே விழிகளை நிறுத்தி, மூக்கினுள்ளே இயங்கும் பிராணவாயுவையும் அபான வாயுவையும் சமமாகச் செய்து கொண்டு; 27

புலன்களை, மனத்தை, மதியையும் கட்டி
விடுதலை யிலக்கெனக் கொண்டு
விருப்பமும் அச்சமும் சினமும் தவிர்த்தான்
முக்தனே யாவான் முனி 28

வேள்வியும் தவமும் ★மிசைவோன் யானே
உலகுகட் கெல்லாம் ஒருபே ரரசன்;
எல்லா உயிர்கட்கு நண்பன் யான் என்
றறிவான் அமைதி யறிவான். 29

இங்ஙனம் உபநிஷத்தும் பிரம்ம வித்தையும் யோக சாஸ்திரமும் ஸ்ரீ கிருஷ்ணார்ஜுன சம்பாஷணையுமாகிய ஸ்ரீமத் பகவத் கீதையில் 'சந்யாச யோகம்' என்ற ஐந்தாம் அத்தியாயம் முற்றிற்று.

📖

(★ மிசைவது = உண்பது)

ஆறாம் அத்தியாயம்

தியான யோகம்

கர்ம யோக ஞான யோகங்களில் சித்தி பெற்றவனுக்குண்டாகும் ஆத்மானுபவம் இந்த அத்தியாயத்தில் கூறப்படுகிறது. இவ்வாத்மானு பவத்தில் ஈடுபட்டு ஆதியிலேயே திருப்தியடைந்தவன் வேறு விஷயங் களில் மனதைச் செலுத்தமாட்டான். அவனுக்குத் தோழன், பகைவன், பந்து, நல்லவன், கெட்டவன் என்ற வேறுபாடின்றி எல்லோரிடமும் ஒரே விதமான மனப்பான்மை ஏற்படும். அவன் ஜனங்களுடைய சேர்க்கையை வெறுத்துத் தனிமையிலே விருப்பமுற்றுத் திடமான ஆசனத்திலமர்ந்து தனது ஆத்ம சொரூபத்தை எண்ணி எண்ணி மகிழ்வான். இவ்வாத்மானுபவமே பேரானந்தமென்று எண்ணியிருப் பான். எல்லா ஆத்மாக்களும் தேகசம்பந்தத்தை நீக்கிப் பார்த்தால் ஒருவகைப்பட்டவை என்று எண்ணி, முடிவில் கடவுளும் அவ்வாத் மாக்களும் ஒருவகைப் பட்டவர்களென்றும் உணர்வான். இந்நிலை பெற்றவனே யோகிகளில் சிறந்தவன்.

ஸ்ரீபகவான் சொல்லுகிறான்:

செய்கையின் பயனில் சார்பின்றிச் செய்யத்தக்கது செய்வோன் துறவி; அவனே யோகி, தீ வளர்க்காதவனும் கிரியை செய்யாதவனும் அவன் ஆகார். 1

அர்ஜுனா! எதனை சந்நியாசமென்கிறார்களோ, அதுவே யோகமென்றறி. தன் கோட்பாடுகளைத் துறக்காத எவனும் யோகியாக மாட்டான். 2

யோக நிலையில் ஏற விரும்பும் யோகிக்குத் தொழிலே கருவியாகக் கூறப்படுகிறது. அந்நிலையில் ஏறிய பின் அவனுக்கு சாந்தம் கருவி யாகிறது. 3

ஒருவன் எல்லாக் கோட்பாடுகளையும் துறந்துவிட்டுப் புலன்களிலே னும், செயல்களிலேனும் பற்றுதலின்றியிருப்பானாயின், அப்போதவன் யோகநிலையில் ஏறியவன் என்று சொல்லப்படுகிறான். 4

தன்னைத் தான் உயர்த்திக் கொள்க; தன்னைத் தன்னால் இழிவுறுத்த வேண்டா; தனக்குத் தானே நண்பன்; தனக்குத் தானே பகைவன். 5

தன்னைத் தான் வென்றவனே தனக்குத்தான் நண்பன்; தன்னைத் தான் வெல்லாதான் தனக்குத் தான் பகைவன் போற் கேடு சூழ்கிறான். 6

தன்னை வென்று ஆறுதலெய்தியவனிடத்தே சீதோஷ்ணங்களிலும், சுக துக்கங்களிலும், மானங்களிலும் சமநிலைப்பட்ட பரமாத்மா விளங்கு கிறது. 7

★ ஞானத்திலும் விஞ்ஞானத்திலும் திருப்தி கொண்டவனாய், மலை முடியில் நிற்பான் போன்று, புலன்களை வென்று, ஓட்டையும் கல்லை யும் பொன்னையும் ஒன்று போலே காணும் யோகியே நிலையுற்றா னெனப்படுவான். 8

அன்பர், நட்பார், பகைவர், ஏதிலர், நடுவர், எதிரிகள், சுற்றத்தார், நல்லோர், தீயோர் எல்லோரிடத்தும் சம புத்தியுடையான் மேலோனா வான். 9

மறைவிடத்தில் இருந்து கொண்டு, தனியனாய், உள்ளத்தைக் கட்டி, ஆசையைத் துறந்து, ஏற்பது நீக்கி எப்போதும் ஆத்மாவில் யோகமுறக் கடவான். 10

(★ ஞானமென்பது கடவுளியலைப் பற்றிய அறிவு; விஞ்ஞானமென்பது உலகியலைப் பற்றியது)

சுத்தமான இடத்தில் அதிக உயரமில்லாமலும், அதிகத் தாழ்வில்லாமலும், துணி, மான் தோல், தர்ப்பை, இவற்றின்மீது தனக்கோர் உறுதியான ஆசனம் சமைத்துக் கொண்டு, 11

அங்கு மனதை ஒருமுகமாக்கி, உள்ளத்தையும் புறச் செயல்களையும் நன்கு கட்டுப்படுத்தி, ஆசனத்தமர்ந்து, ஆத்மா நன்கு தூய்மையடையும் படி யோகத்திலே பொருந்தக் கடவான். 12

உடம்பையும் தலையையும், கழுத்தையும் சமமாக அசைவின்றி வைத்துக் கொண்டு, உறுதி சான்றவனாய், மூக்கு நுனியைப் பார்த்துக் கொண்டு, திசைகளை நோக்காமல், 13

நன்கு சாந்தமெய்தியவனாய், அச்சத்தைப் போக்கி பிரம்மச்சரிய விரதத்தில் நிலைகொண்டு, மனதை வசப்படுத்தி என்னிடத்தே சித்தத்தை இசைத்து, எனக்கு ஈடுபட்டு யோகத்திலிருக்கக் கடவான். 14

இங்ஙனம் எப்போதும் மனதைக் கட்டுப்படுத்தி ஆத்மாவில் யோக முற்றிருக்கும் யோகி, என்பதால் நிலை பெற்றதாகிய மிகச் சிறந்த விடுதலையிலுள்ள ஆறுதலையறிவான். 15

மிகைபட உண்போனுக்கு யோகமில்லை; உணவற்றோனுக்கு ஏகாந்த நிலை எய்தாது. மிகுதியாக உறங்குவோனுக்குமில்லை; அர்ஜுனா! மிகுதியாக விழிப்போனுக்கும் அஃதில்லை. 16

ஒழுங்குக்கு உட்பட்ட உணவும், விளையாட்டும் உடையோனாய், வினைகளில் ஒழுங்குக்குட்பட்ட நடைகளுடையவனாய், உறக்கத்திலும் விழிப்பிலும் ஒழுங்குக்குட்பட்டானாயின், அவனுடைய யோகம் துயரை அழிக்கிறது. 17

உள்ளம் கட்டுக்கடங்கித் தனதுள்ளேயே நிலைபெற ஒருவன் எந்த விருப்பத்திலும் வீழ்ச்சியற்றானாயின், யோகமுற்றா னெனப்படுவான். 18

சித்தத்தைக் கட்டி ஆத்ம யோகத்தில் கலந்து நிற்கும் யோகிக்குக் காற்றில்லாத இடத்தில் அசைவின்றி நிற்கும் விளக்கை முன்னோர் உவமையாகக் காட்டினர். 19

எங்கு சித்தம் யோக ஒழுக்கத்தில் பிடிப்புற்று ஆறுதலெய்துமோ, எங்கு ஆத்மாவினால் ஆத்மாவை யறிந்து ஒருவன் ஆத்மாவில் மகிழ்ச்சி யடைகிறானோ, 20

புத்தியால் தீண்டத்தக்கதும், புலன்களைக் கடந்து நிற்பதுமாகிய பேரின்பத்தை எங்குக் காண்பானோ, எங்கு நிலைபெறுவதால் இவன் உண்மையினின்றும் வழுவுவதில்லையோ; 21

எத்தனை யெய்திய பின் அதைக் காட்டிலும் பெரிய லாபம் வேறிருப்பதாகக் கருத மாட்டானோ, எங்கு நிலை பெறுவதால் பெரிய துக்கத்தாலும் சலிப்பெய்த மாட்டானோ; 22

அந்நிலையே துன்பத்துடன் கலத்தலை விடுதலாகிய யோக நிலை யென்று உணர். உள்ளத்தில் ஏக்கமின்றி உறுதியுடன் அந்த யோகத்தை ஒருவன் பற்றி நிற்கக் கடவான். 23

★ சங்கல்பத்தினின்றும் எழும் எல்லா விருப்பங்களையும் மிச்சமறத் துறந்துவிட்டு எல்லாப் பக்கங்களிலும் மனத்தால் இந்திரியக் குழாத்தைக் கட்டுப்படுத்தி; 24

துணிந்த மதியுடன் மனதை ஆத்மாவில் நிறுத்தி மெல்ல மெல்ல ஆறுதல் பெறக் கடவான்; எதற்கும் கவலையுறாதிருக்கக் கடவான். 25

எங்கெங்கே மனம் சஞ்சலமாய் உறுதியின்றி உழலுகிறதோ, அங்கங்கே அதைக் கட்டுப்படுத்தி ஆத்மாவுக்கு வசமாக்கிக் கொள்க. 26

மனம் சாந்தமாய், ரஜோ குணம் ஆறி, மாசு நீங்கி, பிரம்மமேயாகிய இந்த யோகிக்கு மிகச் சிறந்த இன்பம் கிடைக்கிறது. 27

குற்றங்களைப் போக்கி இங்ஙனம் எப்போதும் ஆத்மாவில் கலப்புற்றிருப்பானாயின், அந்த யோகி பிரம்மத்தைத் தொடுவதாகிய மிக உயர்ந்த இன்பத்தை எளிதில் துய்க்கிறான். 28

யோகத்தில் கலந்தவன் எங்கும் சமப் பார்வையுடையவனாய், எல்லா உயிர்களிடத்தும் தானிருப்பதையும், தன்னுள் எல்லா உயிர்களுமிருப்பதையும் காணுகிறான். 29

எவன் எங்கும் என்னைக் காண்கிறானோ, எல்லாப் பொருள்களையும் என்னிடத்தே காண்கிறானோ, அவனுக்கு நான் அழியமாட்டேன்; எனக்கவன் அழிய மாட்டான். 30

(★ சங்கல்பம்=மனத்தீர்மானம்)

ஒருமையில் நிலை கொண்டவனாய் எல்லா உயிர்களிடத்திலுள்ள என்னைத் தொழுவோன் யாங்கணும் சென்ற போதிலும், அந்த யோகி என்னுள்ளேயே இயலுகிறான். 31

இன்பமாயினும், துன்பமாயினும் - எதிலும் ஆத்ம சமத்துவம் பற்றி சமப்பார்வை செலுத்துவானாயின், அவன் பரம யோகியாகக் கருதப் படுவான். 32

அர்ஜுனன் சொல்லுகிறான்:

மதுசூதனா! இங்ஙனம் நீ சமத்துவத்தால் ஏற்படுவதாகச் சொல்லிய யோகம், ஸ்திரமான நிலையுடையதாக எனக்குத் தோன்றவில்லை, எனது சஞ்சலத் தன்மையால். 33

கண்ணா! மனம் சஞ்சலமுடையது; தவறும் இயல்பினது, வலியது; உரனுடையது. அதைக் கட்டுப்படுத்துதல் காற்றைக் கட்டுவதுபோல் மிகவும் கஷ்டமான செய்கையென்று நான் மதிக்கிறேன். 34

ஸ்ரீபகவான் சொல்லுகிறான்:

பெருந்தோளாய்! மனம் கட்டுதற்கரியதுதான், சலனமுடையதுதான்; ஐயமில்லை. ஆனால் குந்தியின் மகனே! அதைப் பழக்கத்தாலும், விருப்பபின்மையாலும் கட்டி விடலாம். 35

தன்னைக் கட்டாதவன் யோகமெய்துதல் அரிதென்று நான் கருதுகிறேன். தன்னைக் கட்டியவன், முயற்சியாலும் உபாயத்தாலும் அதனை எய்த வல்லான். 36

அர்ஜுனன் சொல்லுகிறான் :

நம்பிக்கையுடையோயெனினும், தன்னைக் கட்டாமையால் யோகத்தினின்றும் மனம் வழுவியவன் யோகத்தில் தோற்றுப்போய், அப்பால் என்ன கதியடைகிறான், கண்ணா? 37

ஒரு வேளை அவன் இரண்டுங் கெட்டவனாய், உடைந்த மேகம்போல் அழிகிறானோ? பெருந்தோளாய்! உறுதியற்றவனாய், பிரம்ம நெறியிலே குழப்பமெய்திய மூடன் யாதாகிறான்? 38

கண்ணா! எனக்குள்ள இந்த ஐயத்தை நீ அறுத்து விடுக. நின்னையன்றி இந்த ஐயத்தை யறுப்போர் வேறெவருமிலர். 39

ஸ்ரீபகவான் சொல்லுகிறான்:

பார்த்தா! அவனுக்கு இவ்வுலகிலும், மேலுலகத்திலும் அழிவில்லை; மகனே! நன்மை செய்வோன் எவனும் கெட்ட கதியடைய மாட்டான். 40

யோகத்தில் தவறியவன், புண்ணியம் செய்வோரின் உலகங்களை யெய்தி, அங்கு கணக்கில்லாத வருஷங்கள் வாழ்ந்து, தூய்மையுடைய செல்வர்களின் வீட்டில் பிறக்கிறான். 41

அல்லது, புத்திமான்களாகிய யோகிகளில் குலத்திலேயே பிறக்கிறான். இவ்வுலகில் இது போன்ற பிறவி யெய்துதல் மிகவும் அரிது. 42

அங்கே அவன் பூர்வ சரீரத்துக்குரிய புத்தியைப் பெறுகிறான். குரு நந்தனா! அப்பால் அவன் மறுபடியும் வெற்றிக்கு முயற்சி செய்கிறான். 43

பண்டைப் பழக்கத்தால் அவன் தன் வசமின்றியும் இழுக்கப்படுகிறான். யோகத்தை அறிய வேண்டுமென்ற விருப்பத்தாலேயே ஒருவன் ஒலியுலகத்தைக் கடந்து செல்லுகிறான். 44

பாவம் நீங்கியவனாய், ஊன்றி முயல்வானேயாயின், யோகி பல பிறவிகளின் வெற்றிப் பயனாகிய பரகதியை அப்போதடைகிறான். 45

தவஞ் செய்வோரைக் காட்டிலும் யோகி சிறந்தோன்; ஞானிகளிலும் அவன் சிறந்தோனாகக் கருதப் படுகிறான்; கர்மிகளிலும் அவன் சிறந்தோன்; ஆதலால் அர்ஜுனா! யோகியாகுக. 46

மற்றெந்த யோகிகளெல்லாரிலும், எவனொருவன் அந்தராத்மாவில் என்னைப் புகுத்தி என்னை நம்பிக்கையுடன் போற்றுகிறானோ அவன், மிக மேலான யோகியென்பது என்னுடைய கொள்கை. 47

இங்ஙனம் உபநிஷத்தும் பிரம்ம வித்தையும் யோக
சாஸ்திரமும் ஸ்ரீ கிருஷ்ணார்ஜுன சம்பாஷணையுமாகிய
ஸ்ரீமத் பகவத் கீதையில் 'தியான யோகம்' என்ற
ஆறாம் அத்தியாயம் முற்றிற்று.

ஏழாம் அத்தியாயம்

ஞான விஞ்ஞான யோகம்

பக்தி யோகத்திற்கு இலக்காகிய இறைவனுடைய சொரூபம், சுபாவம், மேன்மை முதலியன இந்த அத்தியாயத்தில் விளக்கிக் கூறப்படுகின்றன. மனிதன் இவைகளை அறியவொட்டாமல் பிரகிருதி சம்பந்தம் தடுத்துக் கொண்டிருப்பதால் இதை நீக்க வேண்டியது அவசியம். ஆனால், இறைவனைச் சரண் புகுந்தாலன்றி இத்தடையை நீக்க இயலாது. பக்தர்களில், துன்புற்றார், செல்வத்தை விரும்புவோர், ஞான சொரூப நிலையை விரும்புவோர் ஈசுவர தத்துவத்தை யுணர்ந்தவர் என நான்கு வகையுண்டு. அவர்களில் நான்காம் வகுப்பினரே மேலான வர். அந்த நிலையைப் பெறுவதற்கு வெகு பிறப்புகள் எடுத்தாக வேண்டும். இறைவனை தவிர்த்து மற்ற தெய்வங்களைத் தொழுபவர் களும் உண்மையில் இறைவனளிக்கும் பயனையேதான் பெறுகின்றனர். ஆனால், அவ்விதமான பயன்கள் அழிவுற்றிருக்கும். இறைவனையே வணங்குகிறவர்கள், இறைவனையே யடைந்து அழிவிலா ஆனந்தத்தைப் பெறுகின்றனர்.

ஸ்ரீ பகவான் சொல்லுகிறான்:

பார்த்தா!, என்பால் இசைந்த மனத்தினனாய், என்னைச் சார்ந்து, யோகத்திலே அமர்ந்தானாய், என்னை முழுதும் உணருமாறு சொல்லக் கேளாய். 1

ஞானத்தையும், விஞ்ஞானத்தையும் சம்பூரணமாக உனக்குச் சொல்லு
கிறேன். இதை அறிந்தால் பிறகு நீ அறிய வேண்டியது மிச்சமொன்று
மில்லை.   2

பல்லாயிர மனிதரில் ஒருவன் சித்தி பெற முயல்கிறான். முயற்சியுடைய
சித்தர் பலரில் ஒருவன் என்னை உள்ளபடி அறிகிறான்.   3

மண், நீர், தீ, காற்று, வான், மனம், மதி, ★ அகங்காரம், இவ்வெட்டு
வகையாக என் இயற்கை பிரிந்து தோன்றுகிறது.   4

இது என் கீழியற்கை. இதினின்றும் வேறுபட்டதாகிய என் மேலியற்
கையை அறி; அதுவே உயிராவது; பெருந்தோளாய்! அதனால்
இவ்வுலகு தரிக்கப்படுகிறது.   5

எல்லா உயிர்களுக்கும் அது காரணமென்றுணர். அதனால் நான் உலக
முழுமைக்கும் ஆக்கமும் அழிவுமாவேன்.   6

தனஞ்ஜயா! என்னைக் காட்டிலும் உயர்ந்த பொருள் வேறெதுவு
மில்லை. நூலில் மணிகளைப் போல் இவ்வையகமெல்லாம் என்மீது
கோர்க்கப்பட்டது.   7

நான் நீரில் சுவை; இந்து மகனே! நான் ஞாயிற்றிலும், திங்களிலும் ஒளி;
எல்லா வேதங்களிலும் நான் பிரணவம். வானில் ஒலி நான்; ஆண்
மக்களிடத்து நான் ஆண்மை.   8

மண்ணில் தூய நாற்றமும், தீயில் சுடரும் யான். எல்லா உயிர்களிலும்
உயிர்ப்பு நான், தவஞ்செய்வோரின் தவம் யான்.   9

எல்லா உயிர்களுக்கும் நான் சாதனமாகிய விதையென்றுணர். பார்த்தா!
புத்தியுடையோரின் புத்தி நான். ஒளியுடையோரின் ஒளி நான்.   10

வல்லோரிடத்தே விருப்பமும் விழைவுந் தீர்ந்த வலிமை நான்.
பரதரேறே! உயிர்களிடத்து நான் கடமை தவறாத விருப்பமாவேன். 11

சத்வ ரஜஸ் தமோ குணங்களைச் சார்ந்த மன நிலைகளெல்லாம்
என்னிடத்தே பிறந்தன. அவை என்னுள் இருக்கின்றன. நான் அவற்றுள்
இல்லை.   12

(★ அகங்காரம் – எல்லாச் சேதன உயிர்களுக்குமுள்ள "நான்" என்ற
கொள்கை.)

இந்த மூன்று குணங்களாகிய எண்ணங்களால் இவ்வுலக மெல்லாம் மயங்கிப் போய், இவற்றினும் மேலாம் அழியாத இயல்பு கொண்ட என்னை உணராதிருக்கிறது. 13

இந்த குணமயமாகிய எனது தேவமாயை கடத்தற்கரியது. என்னையே யாவர் சரணடைவரோ அவர்கள் இந்த மாயையைக் கடக்கின்றார்கள். 14

தீமை செய்யும் மூடர், மானிடரில் கடைப்பட்டார், மாயையால் ஞானமழிந்தோர் அசுரத் தன்மையைப் பற்றி நிற்போர், (இணையோர்) என்னைச் சரண் புகார். 15

நற்செய்கையுடைய மக்களில் நான்கு வகையார் என்னை வழிபடு கின்றனர். பரதரேறே! துன்புற்றார், அறிவை விரும்புவோர், பயனை வேண்டுவோர், ஞானிகள் என. 16

அவர்களில் நித்திய யோகம் பூண்டு ஒரே பக்தி செலுத்தும் ஞானி சிறந்தவன். ஞானிக்கு நான் மிகவும் இனியவன்; அவன் எனக்கு மிகவும் இனியவன். 17

மேற்சொல்லிய யாவரும் நல்லாரே; எனினும் ஞானியை நான் யானாகவே கொண்டுள்ளேன். அவன், யோகத்தில் இசைந்து, உத்தம கதியாகிய என்னைக் கடைப்பிடித்து நிற்கிறான். 18

பல பிறவிகளின் இறுதியில் ஞானவான், "எல்லாம் வாசுதேவனே" என்று கருதி என்னை அடைக்கலமாகப் பற்றுகிறான். அவ்வித மகாத்மா கிடைத்தற்கரியவன். 19

வெவ்வேறு விருப்பங்களால் கவரப்பட்ட அறிவினையுடையோர், தத்தம் இயற்கையால் கட்டுண்டு, வெவ்வேறு நியமங்களில் நிற்பாராய் அன்னிய தேவதைகளை வழிபடுகின்றனர். 20

எந்த எந்த பக்தன், நம்பிக்கையுடன் எந்த எந்த வடிவத்தை அர்ச்சிக்க விரும்புகிறானோ அவனுடைய அசையாத நம்பிக்கைக்குத் தக்க வடிவத்தை நான் மேற்கொள்ளுகிறேன். 21

அவன் அந்த நம்பிக்கையுடன் கலந்து அவ்வடிவத்தை ஆராதித்து வேண்டுகிறான். அதினின்றும் தான் விரும்பினவற்றை எய்துகிறான்; எனினும் அவற்றை வகுத்துக் கொடுப்போன் யானே. 22

எனினும், அற்பமதியுடைய அன்னோர் எய்தும் பயன் இறுதியுடைத்தாம். தேவர்களைத் தொழுவோர் தேவர்களை எய்துகின்றனர், என்னடியார் என்னையே எய்துகிறார்கள். 23

மறைவும் வெளிப்பாடும் உடையோனாக என்னை மதியற்றார் கருதுகின்றனர். என் அழிவற்ற உத்தமமாகிய பர நிலையை அன்னார் அறிகிலர். 24

எல்லாவற்றுக்கும் ஒளியாகிய என்னை, யோகமாயை சூழ்வதில்லை. பிறப்பும், கேடுமற்ற என்னை மூடவுலகம் அறியவில்லை. 25

சென்றன, நிகழ்வன, வருவன ஆகிய உயிர்களையெல்லாம் நானறிவேன், என்னை அறிந்தோர் எவருமிலர். 26

விருப்பத்தாலும், பகைமையாலும் எழுந்த இருமைகளின் மயக்கத்தால், பாரதா! எல்லா உயிர்களும் மயங்கிவிடுகின்றன, பகைவரைச் சுடுவோய். 27

எந்த ஜனங்கள் பாவந் தீர்ந்து புண்ணியச் செயல்கள் செய்கின்றனரோ, அவர்கள் இருமைகளின் மயக்கந்தீர்ந்து திடவிரதமுடையோராய் என்னை வழிபடுகின்றனர். 28

மூப்பினின்றும், மரணத்தினின்றும் விடுபடுமாறு என்னை வழிபட்டு முயற்சி செய்வோர் "அது" என்ற பிரம்மத்தை யுணர்வார்; ஆத்மஞான முழுதையும் உணர்வார்; செய்கையனைத்தையு முணர்வார். 29

பூதஞானம், தேவஞானம், யாகஞானம் இவற்றுடன் என்னை யாவர் இறுதிக் காலத்திலேனும் அறிவாரோ, யோகத்திற் பொருந்திய சித்தமுடைய அன்னோரே அறிஞர். 30

இங்ஙனம் உபநிஷத்தும் பிரம்ம வித்தையும் யோக
சாஸ்திரமும் ஸ்ரீ கிருஷ்ணார்ஜுன சம்பாஷணையுமாகிய
ஸ்ரீமத் பகவத் கீதையில் 'ஞான விஞ்ஞான யோகம்' என்ற
ஏழாம் அத்தியாயம் முற்றிற்று.

எட்டாம் அத்தியாயம்
அக்ஷர பிரஹ்ம யோகம்

முற்கூறிய நான்குவித பக்தர்களும் தனித்தனியே கைப்பற்ற வேண்டிய பக்தி வழிகளும், அவைகளுக்குள் வித்தியாசமும் கூறப்படுகின்றன. ஆக்கையினின்றும் ஆவி கிளம்புங்கால் எத்தகைய எண்ணம் மனிதனின் மனதுக்குள் இருக்கின்றதோ, அத்தகைய பலனையே மறுபிறவியில் பெறுவானாதலால் பக்தர்கள் இறக்கும் தருணத்தில், கடவுளைத் தியானித்திருப்பது அவசியம். வாழ்நாட்களில் மனதுக்குக் கடவுளிடம் நிலைத்திருக்கும் பழக்கத்தை உண்டு பண்ணினால்தான் அம்மனம் மரண காலத்தில் கடவுளிடம் நிலைபெறும். ஆகையால் பக்தர் அனைவரும் தங்கள் வாழ்நாட்களில் மனதால் கடவுளை தியானம் செய்துகொண்டே தங்கள் கர்மங்களைச் செய்ய வேண்டும். நான்காவது வகையான பக்தர்கள் பெறும் பரமபதம்தான் அழிவற்றது. மற்ற பலனெல்லாம் அழிவுற்றது. பக்தர்கள் இறந்த பிறகு ஆத்மா செல்லும் வழி இருவகைப்பட்டிருக்கும். ஒன்றில் சென்றால் என்றைக்கும் திரும்பி வராத வீட்டைப் பெறலாம். மற்றொன்றில் சென்றால், காலக்கிரமத்தில் திரும்பி வரவேண்டிய இடத்தை அடையலாம்.

அர்ஜுனன் சொல்லுகிறான்:

அந்த பிரம்மம் எது? ஆத்ம ஞானம் யாது? புருஷோத்தம, கர்ம மென்பது யாது? பூதஞானம் யாது? தேவஞானம் என்பது எதனை? 1

யாக ஞானம் என்பதென்ன? தம்மைத் தாம் கட்டியவர்களால் இறுதிக் காலத்திலேனும் இவ்வுலகத்தில் நீ அறியப்படுவ தெங்கனம்? 2

ஸ்ரீ பகவான் சொல்லுகிறான்:

அழிவற்ற பரம்பொருளே பிரம்மம், அதனியல்பை அறிதல் ஆத்ம ஞானமெனப்படும். உயிர்த் தன்மையை விளைவிக்கும் இயற்கை கர்மமெனப்படுகிறது. 3

அழிவுபடும் இயற்கையைக் குறித்தது பூதஞானம். புருஷனைப் பற்றியது தவ ஞானம். உடம்பெடுத்தோரில் உயர்ந்தவனே! உடம்புக் குள் என்னை யறிதல் யாக ஞானம். 4

இறுதிக் காலத்தில் உடம்பைத் துறந்து எனது நினைவுடன் இறப்போன் எனதியல்பை எய்துவான், இதில் ஐயமில்லை. 5

ஒருவன் முடிவில் எவ்வெத் தன்மையை நினைப்பனாய் உடலைத் துறக்கின்றானோ, அவன் எப்போதும் அத்தன்மையிலே கருத்துடைய வனாய் அதனையே எய்துவான். 6

ஆதலால் எல்லாக் காலங்களிலும் என்னை நினை, போர் செய். என்னிடத்தே மனத்தையும், புத்தியையும் அர்ப்பணம் செய்வதனால் என்னையே பெறுவாய். 7

வேறிடஞ் செல்லாமலே யோகம் பயிலும் சித்தத்துடன் சிந்தனை செய்து கொண்டிருப்போன் தேவனாகிய பரம புருஷனை அடைகிறான். 8

கவியை, பழையோனை, ஆள்வோனை, அணுவைக் காட்டிலும் அணுவை, எல்லாவற்றையும் தரிப்பவனை, எண்ணுதற்கரிய வடிவுடை யோனை, இருளுக்கப்பால் கதிரோனது நிறங்கொண்டிருப்பானை, எவன் நினைக்கிறானோ; 9

இறுதிக் காலத்தில் அசைவற்ற மனத்துடன், புருவங்களிடையே உயிரை நன்கேற்றி பக்தியுடனும், யோக பலத்துடனும், எவன் நினைக்கிறானோ, அவன் அந்தக் கடவுளாகிய பரம புருஷனை அடைகிறான். 10

எந்த நிலையை வேதமுணர்ந்தோர் அழிவற்றதென்பர், விருப்ப மற்ற முனிகள் எதனுட் புகுவர், எதை விரும்பி பிரம்மச்சரிய விரதம் காக்கப்படும், அந்த நிலையை உனக்குச் சுருக்கமாகச் சொல்லுகிறேன். 11

எல்லா வாயில்களையும் நன்கு கட்டி, மனதை உள்ளத்தில் நிறுத்தி, உயிரைத் தலையின் உச்சியில் நிலையுறுத்தி யோக தாரணையில் உறுதிபெற்று, 12

"ஓம்" என்ற பிரம்ம எழுத்தை ஒன்றையே ஜபித்துக் கொண்டு என்னை ஸ்மரிப்பவனாய் உடம்பைத் துறப்போன் பரமகதி பெறுகின்றான். 13

நித்திய யோகத் திசைந்து, பிரிது நினைப்பின்றி என்னை எப்பொழுதும் எண்ணும் யோகிக்கு நான் எளிதில் அகப்படுவேன், பார்த்தா, 14

என்னை யடைந்து பரம சித்தி பெற்ற மகாத்மாக்கள், மறுபடி நிலை யற்றதும் துன்பத்தின் ஆலயமும் ஆகிய மறுபிறப்பை யடைய மாட்டார். 15

அர்ஜுனா! பிரம்மலோகம் வரை எல்லா உலகங்களும் மறுபிறப்பு உடையன. குந்தி மகனே! என்னை அடைந்தவனுக்கு மறுபிறப்பு இல்லை. 16

பிரம்மத்துக்கு ஆயிரம் யுகம் ஒரு பகல், ஆயிரம் யுகம் ஓரிரவு. இதை யறிந்தோரே இராப்பகலின் இயல்பறிவார். 17

"அவ்யக்தம்" - அதாவது மறைவுபட்ட உலகத்தினின்றும் தோற்றப் பொருள்கள் வெளிப்படுகின்றன. இரவு வந்தவுடன் அந்த மறைவுலகத் துக்கே மீண்டும் கழிந்து விடுகின்றன. 18

இந்த பூதத் தொகுதி ஆகியாகித் தன் வசமின்றியே ★ இரவு வந்தவுடன் அழிகிறது. பார்த்தா! ★பகல் வந்தவுடன் இது மீண்டும் பிறக்கிறது. 19

அவ்யக்தத்தினும் அவ்யக்தமாய் அதற்கப்பால் ஸநாதன பதமொன்றி ருக்கிறது. எல்லா உயிர்களும் அழிகையில் அப்பதம் அழியாது. 20

(★ இங்கு, பகலும் இரவுமான மேற்கூறியபடி பிரம்மத்தின் பகலிரவு களாகிய யுக சகஸ்ரங்கள்.)

அவ்யக்தம் அழிவற்றதெனப்படும். அதனையே பரமகதியென்பர். எதை எய்தியபின் மீள்வதில்லையோ, அதுவே என் பரமபதம். 21

வேறிடஞ் செல்லாத பக்தியால், பார்த்தா! அந்தப் பரமபுருஷன் எய்தப்படுவான். அவனுள்ளே எல்லாப் பொருள்களும் நிலைகொண்டன. அவன் இவ்வுலகமெங்கும் உள்ளூரப் பரந்திருக்கிறான். 22

யோகிகள் இறப்பதால் எக்காலத்தில் மீளா நிலையும் மீளும் நிலையும் பெறுவாரோ, அக்காலத்தைச் சொல்லுகிறேன். 23

தீ, ஒளி, பகல், சுக்கில பக்ஷம், உத்தராயணத்தின் ஆறு மாதங்கள்; இவற்றில் இறக்கும் பிரம்ம ஞானிகள் பிரம்மத்தையடைகிறார்கள். 24

புகை, இரவு, கிருஷ்ண பக்ஷம், தக்ஷிணாயனத்தின் ஆறு மாதங்கள்; இவற்றில் இறக்கும் யோகி சந்திரனொளியைப் பெற்றிருந்து மீளுகிறான். 25

உலகத்தில் இந்த ஒளி வழியும், இருள் வழியும் சாசுவதமாகக் கருதப்பட்டன. இவற்றுள் ஒன்றினால் மனிதன் மீளாப் பதம் பெறுவான். மற்றொன்று மீளும் பதந்தருவது. 26

இவ்வழிகளிரண்டையும் உணர்ந்தால் அப்பால் யோகி மயக்கமுறுவதில்லை. ஆதலால், அர்ஜுனா, எப்போதும் யோகத்தில் கலந்திரு. 27

இதனை யறிவதால் யோகி வேதங்களிலும், தவங்களிலும், தானங்களிலும் காட்டிய தூய்மைப் பயனைக் கடந்து, ஆதி நிலையாகிய பர நிலையை எய்துகிறான். 28

இங்ஙனம் உபநிஷத்தும் பிரம்ம வித்தையும் யோக
சாஸ்திரமும் ஸ்ரீ கிருஷ்ணார்ஜுன சம்பாஷணையுமாகிய
ஸ்ரீமத் பகவத் கீதையில் 'அக்ஷர பிரஹ்ம யோகம்' என்ற
எட்டாம் அத்தியாயம் முற்றிற்று.

ஒன்பதாம் அத்தியாயம்

ராஜ வித்யா ராஜ ரஹஸ்ய யோகம்

இங்கு வித்தைகளுள் சிறந்ததும், ரகசியங்களுள் மேலானதுமான பக்தி யோகத்தின் சொரூபமும் மேன்மையும், பலன் முதலானவையும் கூறப்படுகின்றன. பக்தி யோகத்தில் இறங்குவோன், அதில் முழு நம்பிக்கை கொள்ள வேண்டும். பின்வரும் கடவுள் பெருமைகளையும் நன்குணரவேண்டும். கடவுள் எங்கும் நிறைந்த பரம்பொருள். உலக மனைத்தும் அவரிடத்திலேயே நிலைபெற்று நிற்கிறது. பிரளய காலத்தில் உலகங்கள் அனைத்தும் அவற்றின் முதற்கிழங்காகிய பிரகிருதியில் மறைகின்றன. சிருஷ்டி காலத்தில் கடவுள் அவைகளை பிரகிருதியினின்றும் வெளிப்படுத்துகிறார். உலகத்திற்கு இறைவனும், இருப்பிடமும், சரணும், தோழனும் கடவுளே. பக்தர்கள் தங்கள் செயல் களனைத்தையும் கடவுளுக்கு அர்ப்பணம் செய்ய வேண்டும். மற்ற விஷயங்களைத் துறந்து கடவுளையே தியானம் செய்பவன் எத்தகைய கொடிய பாவியாயினும் நல்லோன் என்றே கருதப்பட வேண்டும். கடவுளிடத்திலேயே மனதைச் செலுத்த வேண்டும். கடவுளையே நேசிக்க வேண்டும். கடவுளையே வணங்க வேண்டும். இப்படி இருப்பவன் கடவுளை அடைவான்.

கடவுள் சொல்லுகிறான்:

அசூயை யற்றவனாகிய உனக்கு இந்த அதி ரகசியமான ஞானத்தை விஞ்ஞானத்துடன் சொல்லுகிறேன். இதையறிவதால் தீமையிலிருந்து விடுபடுவாய்.   1

ராஜவித்தை, ராஜரகசியம், தூய்மை தருவதில் மிக மாண்புடையது, கண்ணெதிரே காண்டற்குரியது. அறத்துக் கிசைந்தது, செய்தற்கு மிக எளிது, அழிவற்றது.   2

பகையைச் சுடுவோய், இல்லறத்தில் நம்பிக்கையற்ற மனிதர் என்னை எய்தாமல் மீண்டும் நரக சம்சாரப் பாதைகளில் மீளுகின்றனர்.   3

அவ்யக்த வடிவாய் நான் இவ்வுலக முழுமையும் சூழ்ந்திருக்கிறேன். என்னிடத்தே பூதங்களெல்லாம் நிலைபெற்றன. அவற்றுட்பட்டதன்று என் நிலை.   4

மற்றொரு வகையால் நோக்குமிடத்தே பூதங்கள் என்னுள் நிற்பனவு மல்ல, என் ஈசுவர யோகத்தின் பெருமையை இங்கு பார், பூதங்களைத் தரிக்கிறேன், அவற்றுட் பட்டேனல்லேன். என் ஆத்மாவில் பூத சிந்தனை இயல்கிறது.   5

எங்கும் இயல்வானும் பெரியானுமாகிய காற்று, எப்படி எப்போதும் வானில் நிலைபெற்றிருக்கிறானோ, அப்படியே பொருள்களெல்லாம் என்னுள் நிலைபெற்றனவென்று தெரிந்து கொள்.   6

குந்தி மகனே, கற்ப நாசத்தால் எல்லா உயிர்களும் என் இயல்பை எய்து கின்றன. மறுபடி கற்பத் தொடக்கத்தில் நான் அவற்றைப் படைக் கிறேன்.   7

என் சக்தியில் உறுதிகொண்டு மீட்டு மீட்டும் பூதத் தொகுதி முழுதையும் என் வசமின்றி, சக்தி, அதாவது இயற்கையின் வசத்தால் நான் படைக்கிறேன்.   8

தனஞ்சயா! என்னை அத்தொழில்கள் தளையுறுத்தா, அவ்வினை களிடையே நான் மேற்பட்டவன்போல் அமர்ந்திருக்கிறேன்.   9

என் மேற்பார்வையில் ★ சக்தி சராசர உலகங்களைப் பெறுகிறாள். குந்தி மகனே! இந்த ஏதுவால் உலகம் சுழல்கிறது. 10

மனித சரீரந் தரித்த என்னை மூடர் புறக்கணிக்கிறார்கள். உயிர்களுக் கெல்லாம் உயர் தலைவன் நான் என்ற என் பரம நிலையை அவர்கள் அறிகிலர். 11

வீணாசையுடையோர், வீண் செயலாளர், வீணறிவாளர், மதியற்றோர், மயக்கத்துக்கு இடமான ராக்ஷத ஆசுர மோகினி சக்திகளைச் சார்ந்து நிற்கின்றனர். (ராக்ஷத, ஆசுர, மோகினி சக்திகளாவன - அவா, குரூரம், மயக்கம் என்ற சித்த இயல்புகள்) 12

பார்த்தா! மகாத்மாக்கள் தெய்வீக இயல்பைக் கைக்கொண்டு பூத முதலும் கேடற்றவனுமாகிய என்னை வேறு மனம் இன்றி வழிபடு கிறான். 13

திட விரதத்துடன் முயற்சி புரிவோராய், எப்போதும் என்னைப் புகழ் வோராய், என்னைப் பக்தியால் வணங்குவோராய் நித்திய யோகிகள் உபாசிக்கிறார்கள். 14

வேறு சிலர் ஞான வேள்வியால் வேட்போராய் என்னை ஒருமை யாகவும் பன்மையாகவும் பலவாறாக எல்லாவிடத்தும் வழிபடு கிறார்கள். 15

நான் ஹோமம்; நான் யாகம்; நான் ஸ்வதா என்ற வாழ்த்துரை; நான் மருந்து; மந்திரம்; நான் நெய், நான் தீ; நான் ஆவி. 16

இந்த உலகத்தின் அப்பன் நான்; இதன் அம்மா நான்; இதைத் தரிப்போன் நான்; இதன் பாட்டன் நான்; இதன் அறியப்படு பொருள் நான்; தூய்மை செய்வது நான்; ஓங்காரம் நான்; நான் ரிக்; நான் ஸாமம்; நான் யஜுர். 17

★ சக்தி, இயற்கை, பிரகிருதி (Nature) என்ற சொற்கள் ஒரே பொரு ளுடையன. அஃதே, ஏது அல்லது காரணம் என்றும் சொல்லப்படும். உலகத் தோற்றத்துக்கு அதுவே காரணமாதலாலும், பிரம்மம் குணாதீத மாகையால் காரணமென்று சொல்லத் தகாதலாலும், பிரம்மம் பரம்பொருள்; சுத்த சாட்க்ஷி)

இவ்வுலகத்தின் புகழ், இதனிறைவன், இதன் கரி, இதனுறையுள்,
இதன் சரண், இதன் தோழன், இதன் தொடக்கம், இதன் அழிவு, இதன்
இடம், இதன் நிலை, இதன் அழியாத விதை.   18

நான் வெப்பம் தருகிறேன்; மழையை நான் கட்டிவிடுகிறேன். நான்
அதனைப் பெய்விக்கிறேன். நானே அமிர்தம்; நானே மரணம்.
அர்ஜுனா! உள்ளதும் யான்; இல்லதும் யான்.   19

சோமமுண்டார், பாவமகன்றார், மூன்று வேதமறிந்தார், என்னை
வேள்விகளால் வேண்டி வானுலகு தர வேண்டுகின்றனர். அவர்கள்
புண்ணிய ஸ்தானமாகிய தேவேந்திர லோகத்தை யெய்தி வானுலகில்
திவ்யமான தேவ போகங்களைத் துய்க்கிறார்கள்.   20

விரிவாகிய வானுலகிலே இன்புற்றுப் புண்ணியந் தீர்ந்தவுடன் மறுபடி
அழிவுடைய மனித உலகத்துக்குத் திரும்புகிறார்கள். இப்படி மூன்று
வேத முறைகளைத் தொழுவார் விருப்பங்களில் வீழ்ந்து உழல்வார்.
     21

வேறு நினைப்பின்றி என்னை வழிபடுவோர் யாவரோ, அந்த நித்திய
யோகிகளின் நன்மை தீமையை நான் பொறுப்பேன்.   22

அன்னிய தேவதைகளை நம்பிக்கையுடன் தொழும் அன்பரும்,
குந்தியின் மகனே! விதி வழுவி என்னையே தொழுகின்றனர்.   23

நானே வேள்விகளில் எல்லாம் உணவு உண்பவன். நானே தலைவன்;
என்னை மனிதர் உள்ளபடி அறியார்; ஆதலால் நழுவி வீழ்வார்.   24

தேவ விரதிகள் தேவரை எய்துவார்;
பிதிர்க்களை நோற்பார் பிதிர்க்களை யடைவார்;
பூதங்களைத் தொழுவார் பூதங்களை யடைவார்;
என்னை வேட்போர் என்னை எய்துவார்.   25

இலையேனும், பூவேனும், கனியேனும், நீரேனும் அன்புடனே எனக்கு
அளிப்பவன் ஆயின், முயற்சியுடைய அன்னவன் அன்புடன்
அளித்ததை உண்பேன் யான்.   26

நீ எது செய்யினும், எதனை நீ உண்பினும், எதை நீ ஹோமம் பண்ணி
னும், எதனைக் கொடுத்தாலும், எத்தவத்தைச் செய்தாலும், குந்தி மகனே!
கடவுளுக்கர்ப்பணமென்று செய்.   27

இங்ஙனம் மங்களம் அமங்களமாகிய பயன்களைத் தருவனவாகிய கர்மத் தளைகளினின்றும் விடுபடுவாய். துறவெனும் யோகத்திசைந்து விடுதலை பெறுவாய், என்னையும் பெறுவாய். 28

நான் எல்லா உயிர்களிடத்தும் சமமானவன். எனக்குப் பகைவனுமில்லை, நண்பனுமில்லை, ஆனால், என்னை அன்புடன் தொழுவோர் - அன்னவர் என்னகத் தமர்ந்தார்; அவரகத்து நான் உளேன். 29

மிகவும் கொடிய நடையோனாயினும், பிறிது வழிபடாதே என்னை வழிபடுவோன் நல்லோனென்றே கருதுக; ஏனெனில் நன்கு முயல் கின்றான். ஆதலின், 30

அன்னவன் விரைவிலே அறவானாவான்,
நித்திய சாந்தியு மெய்துவான்,
குந்தி மகனே; குறிக்கொள்!
என தன்பன் சாகமாட்டான் 31

பாவிகளென்னைப் பணிவாராயினும்
மாதரேனும், வைசியரேனும்
சூத்திரரும் - பரகதி பெறுவார் 32

அப்படி யிருக்கத் தூய்மை யார்ந்த
அந்தணரும் ராஜ ரிஷிகளும்
எனக் கன்பராயின், என்னே! ஆதலால்;
நிலையற்றதும் இன்ப மற்றதுமாகிய
இவ்வுலகப் பிறவி யெய்திய நீ
என்னை வழிபடக் கடவாய். 33

மனத்தை எனக்காக்கிவிடு; பக்தியை எனக்காக்கு, என்னைத் தொழு. என்னைப் பரமாகக் கொள். இங்ஙனமியற்றும் தற்கலப்பு யோகத்தால் என்னையே எய்துவாய். 34

இங்ஙனம் உபநிஷத்தும் பிரம்ம வித்தையும் யோக சாஸ்திரமும் ஸ்ரீ கிருஷ்ணார்ஜுன சம்பாஷணையுமாகிய ஸ்ரீமத் பகவத் கீதையில் 'ராஜ வித்யா ராஜ ரஹஸ்ய யோகம்' என்ற ஒன்பதாம் அத்தியாயம் முற்றிற்று.

பத்தாம் அத்தியாயம்

விபூதி யோகம்

பக்தியுடன் தியானம் செய்வதற்காகக் கடவுளின் பெருமை இதில் விரித்துக் கூறப்படுகின்றது. கடவுளே எல்லாவற்றிற்கும் பிறப்பிடம். அவரிடமிருந்தே எல்லாம் வெளிவரும். அவரே அழியா வீடு. அவரே அமரர்க்கும் முன்னோர். அவரே பிறப்பிலர். அவரே இறைவன். அவரே உயிர்களனைத்தின் உள்ளத்தில் நிறைந்திருக்கும் ஆத்மா. அவரே வேதங்களுள் சிறந்த சாம வேதம். தேவரில் இந்திரன். ருத்திரர் களில் சங்கரன். மலைகளில் மேருமலை. சப்தங்களுள் பிரணவம். ஸ்தாவரங்களுள் இமயமலை. மரங்களுள் அரசமரம். மனிதர்களுள் அரசன். பசுக்களுள் காமதேனு. அசுரருள் பிரகலாதான். பறவைகளுள் கருடன். வீரர்களுள் ராமன். எழுத்துக்களுள் அ என்னும் முதலெழுத்து. மாதங்களுள் மார்கழி. மேற்கூறியவையெல்லாம் உதாரணமாக ஒவ்வொன்றிலும் சிறந்தவையாக எடுத்துக் கூறப்பட்டிருக்கின்றன. அவரின் பெருமையைத் தனித்தனியே முற்றிலும் கூறுவது இயலாத காரியம். எந்த அசைபொருளும் அசையாப் பொருளும் அவரை விட்டுத் தனித்து நிற்க முடியாது.

ஸ்ரீபகவான் சொல்லுகிறான்:

பெருந்தோளுடையாய்! பின்னுமோர் முறை நான் சொல்லப்புகும் மிகவுயர் சொல்லினைக் கேளாய்; நீ எனக்கு உகந்தவன்; ஆதலால் நினது நலம் வேண்டி இங்கதனை விளம்புவேன் நினக்கே. 1

வானவர் கணங்கள் என் மகிமையை உணரார்; பெருந்தகை முனிவரு முணரார்; யாங்கணும், வானோர்கட்கும் மகரிஷிகட்கும் ஆதி நானே. 2

பிறப்பதில்லான்; தொடங்குதலிலாதான், உலகின் பெருமுதலான என்றனை யுணர்வோன். மானிடருக்குள்ளே மயக்கந் தீர்ந்தான், பாவமனைத்தினும் விடுதலைப் பட்டான். 3

மதியும், ஞானமும், மயக்கமின்மையும், பொறுத்தலும், துன்பமும், உண்மையும், இன்மையும், அச்சமும், அஞ்சாமையும், 4

துன்புறுத்தாமையும், நடுமையும், மகிழ்ச்சியும், ஈகையும், தவமும், இகழும், புகழும், இங்ஙனம் பலபடுமியல்புகளெல்லாம் என்னிடம் பெறுவன உயிர்கள். 5

முன்னை மகரிஷிகள் எழுவரும் நான்கு மனுக்களும் மனத்தால் என்னியல்பு எய்தினர். அவர்களுடைய மரபினரே இம் மக்களெல் லாரும். 6

இத்தகைத்தாகும் எனது பெருமையும் யோகந்தனையும் உள்ளவாறுணர் வோன் அசைவிலா யோகத்தமர்வான்; இதிலோர் ஐயமில்லை. 7

நான் அனைத்திற்கும் தொடக்கம். என்னிடமிருந்தே எல்லாம் இயலும். இங்ஙன முணர்ந்த புலவர் என்னை அன்புடன் தொழுவார். 8

அகத்தினை என்பால் வைத்து, உயிரை என்னுள்ளே புகுத்தி, ஒருவரை யொருவர் உணர்விப்பாராய், எக்காலுந் தம்முள் என்னைக் குறித்தியம்பு வார்; அன்னோர் மகிழ்ச்சியும் இன்பமும் அடைவார். 9

எப்போதும் யோகத் திருப்பாராகில் அன்புடன் என்னை வழிபடும் அன்னோர்க்கு யான் புத்தியோகம் அளிப்பேன். இதனால் என்னையவர் எய்துவார். 10

அன்னவர்க்கிரங்கி யான் அன்னவர் ஆத்ம இயல்புயானாகி ஒளியுடை ஞானவிளக்கால் அவரிடை அஞ்ஞானத்தால் தோன்று மிருளைத் தொலைப்பேன். 11

அர்ஜுனன் சொல்லுகிறான்:

நீயே பரப்பிரம்மம், நீயே பரவீடு, தூய்மையனைத்தினுஞ் சிறப்புடைய தூய்மை நீ. நின்னையே "நித்தியபுருஷ" னென்றும், ஆதிதேவனென்றும், பிறப்பிலானென்றும், இறைமைக் கடவுளென்றும், 12

முனிவரெல்லாரும் மொழிகிறார்; தேவரிஷி நாரதருமங்ஙனமே நவில் கிறார். அசிதரும் தேவலரும் வியாசரும் அங்ஙனமே செப்புகிறார். இங்கு நீ நேரே எனக்கு அதை உரைக்கின்றாய். 13

கேசவா! நினது ★கிளவியனைத்தையும் மெய்யெனக் கொண்டேன். பகவனே! விண்ணவரும் அசுரரு நின் விளக்கத்தை யறிவாரோ? 14

புருஷோத்தமா, உன்னை நீயே அறிவாய் பூதங்களானாய்! பூதத் தலைவனே! தேவ தேவ! வையத் திறைவா! 15

எந்த மகிமைகளால் நீ இவ்வுலகங்களைச் சூழ்ந்து நிற்கிறாயோ, அந்த நின் மகிமைகள் தேவத்தன்மையுடையன. அவற்றை எனக்கு மிச்சமின்றி உணர்த்த வேண்டுகிறேன். 16

யோகி! எப்போதும் உன்னையே சிந்தித்து நின்னையுணருமா றெங்ஙனே? பகவனே! எவ்வெப் படிகளில் நின்னை யான் கருதல் வேண்டும்? 17

ஜனார்த்தனா! நின் யோகத்தையும், பெருமையையும் விரித்து மற்றொரு முறை சொல்க. அமிர்தம் போன்ற நின் சொற்கள் எனக்குத் தெவிட்ட வில்லை. 18

ஸ்ரீ பகவான் சொல்லுகிறான்:

அச்ச! என் ஆத்மப் பெருமைகள் தேவத்தன்மை உடையனவே, அவற்றுள் பிரதானமானவற்றை நினக்குச் சொல்லுகிறேன். எனது விஸ்தாரத்துக்கு முடிவில்லை. 19

(★ கிளவி = சொல்)

அர்ஜுனா! உயிர்களனைத்தின் உள்ளே நிற்கும் ஆத்மா நான். அவ்வுயிர்களின் ஆதி நான், இடையும் அவற்றின் இறுதியும் நானே. 20

ஆதித்யர்களில் நான் விஷ்ணு; ஒளிகளில் நான் கதிர் சான்ற ஞாயிறு; காற்றுகளில் மரீசி; நக்ஷத்திரங்களில் சந்திரன். 21

வேதங்களில் யான் சாமவேதம்; தேவரில் இந்திரன்; புலன்களில் மனம் யான்; உயிர்களிடத்தே உணர்வு நான். 22

ருத்திரர்களில் நான் சங்கரன்; இயக்கர் அரக்கருள் யான் குபேரன்; வசுக்களில் நான் தீ; மலைகளில் மேரு. 23

பார்த்தா! புரோகிதர்களில் தலைவனாகிய பிருகஸ்பதி நான் என்றுணர். படைத் தலைவரில் நான் கந்தன். நீர் நிலைகளில் நான் கடல். 24

மகரிஷிகளில் நான் பிருகு; வாக்குகளில் நான் "ஓம்" என்ற ஒரெழுத்து. யக்ஞங்களில் நான் ஜபயக்ஜம்; ஸ்தாவரங்களில் நான் இமாலயம். 25

மரங்களனைத்திலும் நான் அரசமரம்; தேவரிஷிகளில் நான் நாரதன்; கந்தர்வருள்ளே நான் சித்தரகுப்தன்; சித்தர்களில் கபிலமுனி. 26

குதிரைகளினிடையே நான் அமிர்தத்தில் பிறந்த உச்சை சிரவமென்றுணர். யானைகளில் என்னை ஐராவதமென்றும், மனிதரில் அரசனென்றும் அறி. 27

ஆயுதங்களில் நான் வஜ்ரம்; பசுக்களில் நான் காமதேனு; பிறப்பிப்போரில் நான் மன்மதன்; பாம்புகளில் வாசுகி. 28

நாகர்களினிடை நான் அநந்தன்; நீர் வாழ்வோரில் வருணன்; பிதிர்க்களில் நான் அரியமான்; தம்மைக் கட்டினவர்களில் நான் யமன். 29

அரசரில் பிரகலாதன் யான்; இயங்குவனவற்றில் காலம் யான்; விலங்குகளில் சிங்கம்; பறவைகளில் கருடன். 30

தூய்மை செய்வனவற்றுள்ளே காற்று நான்; படை தரித்தோரில் நான் ராமன்; மீன்களில் நான் சுறா; ஆறுகளில் கங்கை. 31

படைப்புக்களின் ஆதியும் அந்தமும் நான், அர்ஜுனா! வித்தைகளில் நான் அத்யாத்ம வித்தை; பேசுவோரிடையே நான் பேச்சு. 32

எழுத்துக்களில் நான் அகரம் ; புணர்ப்புக்களில் இரட்டைப் புணர்ப்பு; நான் அழிவற்ற காலம்; எப்பாரிசத்தும் சுமப்போன் யானே. 33

எல்லாவற்றையும் அழிக்கும் மரணம் நான். எதிர்காலப் பொருள்களின் பிறப்பு நான். பெண்களிடத்து நான் கீர்த்தி, வாக்கு, நினைவு, மேதை, ஸ்திதி, பொறை. 34

அங்ஙனமே, சாமங்களில் நான் "பிருகத்சாமம்" என்ற பெரிய சாமம்; சந்தஸ்களில் நான் காயத்ரி; மாதங்களில் நான் மார்கழி; பருவங்களில் மலர்சான்ற இளவேனில். 35

வஞ்சகரின் சூது நான்; ஒளியுடையோரின் ஒளி நான். நான் வெற்றி, நான் நிச்சயம்; உண்மையுடையோரின் உண்மை நான். 36

விருஷ்ணி குலத்தாரில் நான் வாசுதேவன்; பாண்டவர்களில் தனஞ்ஜயன்; முனிகளில் வியாசன்; கவிகளில் சுக்கிரகவி. 37

ஆள்வோரிடத்தே கோல் நான்; வெற்றியை விரும்புவோரிடத்தே நீதி நான். ரகசியங்களில் நான் மௌனம்! ஞானமுடையோரிடத்தே நான் ஞானம். 38

எல்லா உயிர்களிலும் விதை எதுவோ அது நான். அர்ஜுனா! சராசரங்களில் என்னையின்றியுள்ள பூதமொன்றில்லை. 39

பார்த்தா! என் திவ்ய மகிமைகளுக்கு முடிவில்லை. விஸ்தாரமான என் மகிமைகளில் கொஞ்சம் மாத்திரமே உனக்குரைத்தேன். 40

எதெது பெருமையுடைத்து, உண்மையுடைத்து, அழகுடைத்து, வலிமையுடைத்து - அதுவெல்லாம் எனது ஒளியின் அம்சத்தில் பிறந்ததென்றுணர். 41

அன்றி, இதைப் பலவாறாகத் தெரிவதில் உனக்குப் பயன் யாது? எனது கலையொன்றால் இவ்வையகத்தை நிலை நிறுத்தியுள்ளேன். 42

இங்ஙனம் உபநிஷத்தும் பிரம்ம வித்தையும் யோக
சாஸ்திரமும் ஸ்ரீ கிருஷ்ணார்ஜுன சம்பாஷணையுமாகிய
ஸ்ரீமத் பகவத் கீதையில் 'விபூதி யோகம்' என்ற பத்தாம்
அத்தியாயம் முற்றிற்று.

பதினொன்றாம் அத்தியாயம்

விசுவரூப தரிசனம்

இங்ஙனம் கண்ணனுடைய பெருமைகளைக் கேட்ட அர்ஜுனன் அவற்றை நேரில் காண வேண்டுமென்ற விருப்பமுற்றுக் கண்ணனை வேண்ட அவன் அவற்றைக் காண்பதற்குரிய திவ்ய நேத்திரங்களை அளிக்கிறான். அர்ஜுனன் அவற்றால் கண்ணனுடைய விசுவரூபத்தைக் கண்டு மகிழ்கிறான். விசுவரூபத்தின் சொரூபம் விரிவாகக் கூறப் பட்டுள்ளது. அநேக வாய்களும், பல கண்களும், பல ஆயுதங்களும், சிறந்த ஆடை ஆபரணங்களும், சிறந்த வாசனைகளும் பொருந்திய அந்த விசுவரூபத்தில் வையக முழுதும் ஒருங்கே அடங்கியிருப்பதைக் கண்ட அர்ஜுனன் வியப்புற்றுக் கண்ணனைத் துதிக்கிறான். பிறகு அர்ஜுனனது வேண்டுகோளின் பேரில், கண்ணன் தனது விசுவ ரூபத்தைச் சுருக்கிக் கொண்டு, முன்போல் கைகளில் சாட்டையும் சங்கு சக்கரங்களையுமேந்தி நின்று, தனது உண்மையான சொரூபத்தைக் காணவும் தன்னைப் பெறவும் பக்தி ஒன்றே சிறந்த மார்க்கமாதலால் தன்னையே நேசித்திருக்கும்படி அர்ஜுனனுக்கு உபதேசிக்கிறான்.

அர்ஜுனன் சொல்லுகிறான்:

என் மீதருள் பூண்டு, எனக்கிரங்கி, ஆத்ம ஞானமென்ற பரம ரகசியத்தை நீ எனக்கு உரைத்தது கேட்டு, என் மயக்கம் தீர்ந்து போயிற்று. 1

உயிர்களின் தோற்றத்தையும் அழிவையும் பற்றி விரிவுறக் கேட்டேன். தாமரையிதழ் போன்ற விழிகளையுடையோய், நின் கேடற்ற பெருமையையும் கேட்டேன். 2

ரமேசுவரா, புருஷோத்தமா, நின்னைப்பற்றி நீ எனக்குச் சொல்லிய படியே, நின் ஈசுவர ரூபத்தைக் காண விரும்புகிறேன். 3

இறைவனே, யோகேசுவரா, அதை நான் காணுதல் சாத்தியமென்று நீ கருதுவாயெனில், எனக்கு நின் அழிவற்ற ஆத்மாவைக் காட்டுக. 4

ஸ்ரீபகவான் சொல்லுகிறான்:

பல நூறாகவும், பல்லாயிரமாகவும் வகை பல, நிறம் பல, அளவு பலவாகும் என் திவ்ய ரூபங்களைப் பார்! பார்த்தா! 5

ஆதித்யர்களைப் பார்; வசுக்களைப் பார்; அசுவினி தேவரைப் பார். மருத்துக்களைப் பார்; பாரதா! இதற்குமுன் கண்டிராத பல ஆச்சரியங்களைப் பார். 6

அர்ஜுனா! இன்று, இங்கே, என்னுடலில் சராசரமான உலக முழுதும் ஒருங்கு நிற்பதைப் பார்; இன்னும் வேறு நீ எதைக் காண விரும்பினும், அதை இங்கு காண். 7

உன்னுடைய இயற்கையான இக்கண்களால் என்னைப் பார்க்க முடியாது. உனக்கு ஞானக் கண் கொடுக்கிறேன். என்னுடைய ஈசுவர யோகத்தைப் பார். 8

சஞ்ஜயன் சொல்லுகிறான்:

அரசனே இவ்வாறுரைத்துவிட்டு, அப்பால் பெரிய யோகத் தலைவனாகிய ஹரி பார்த்தனுக்கு மிக உயர்ந்த தன் கடவுள் வடிவைக் காட்டினான். 9

(அவ்வடிவம்) பல வாய்களும், பல விழிகளுமுடையது; பல அற்புதக் காட்சிகளுடையது; பல திவ்யாபரணங்கள் பூண்டது; பல தெய்வீகப் படைகள் ஏந்தியது. 10

திவிய மாலைகளும் ஆடைகளும் புனைந்தது; திவ்ய கந்தங்கள் பூசியது; எல்லா வியப்புக்களும் சான்றது; எல்லையற்றது; எங்கும் முகங்களுடைய தேவ ரூபம். 11

வானத்தில் ஒருங்கே ஆயிரம் இரவிகள் எழுவாராயின் அங்கு தோன்றும் ஒளியை அந்த மகாத்மாவின் ஒளிக்கு நிகராகக் கூறலாம். 12

அங்கு பல பகுதிப்பட்டதாய், வையக முழுதும் அந்தத் தேவ தேவனுடைய சரீரத்தில் ஒருங்குற்று நிற்பதை அப்போது பாண்டவன் கண்டான். 13

அப்போது தனஞ்ஜயன் பெரு வியப்பெய்தி, மயிர் சிலிர்த்து, அக்கடவுளை முடியால் வணங்கிக் கைகளைக் கூப்பிக் கொண்டு சொல்லுகிறான். 14

அர்ஜுனன் சொல்லுகிறான்:

தேவனே! நின் உடலில் எல்லாத் தேவர்களையும் காண்கிறேன். பூத வகைகளின் தொகுதிகளைக் காண்கிறேன். தாமரை மலரில் வீற்றிருக்கும் ஈசனாகிய பிரமனையும், எல்லா ரிஷிகளையும் தேவ சர்ப்பங்களையும் இங்கு காண்கிறேன். 15

பல தோளும், பல வயிறும், பல வாயும், பல விழிகளுமுடைய எல்லை யற்ற வடிவிலே நின்னை எங்கணும் காண்கிறேன். எல்லாவற்றுக்கும் ஈசனே, எல்லாந் தன் வடிவாகக் கொண்டவனே, உனக்கு முடிவேனும், இடையேனும், தொடக்கமேனும் காண்கிலேன். 16

மகுடமும் தண்டும் ★வலயமும் தரித்தாய், ஒளித்திரளாகி யாங்கணும் ஒளிர்வாய். தழல்படு தீயும் ஞாயிறும் போல அளவிடற்கரியதாக நினைக் காண்கிறேன். 17

அழிவிலாய், அறிதற்குரியனவற்றில் மிகவுஞ் சிறந்தாய்; வையத்தின் உயர் தனி உறையுளாவாய்; கேடிலாய்; என்றுமியல் அறத்தினைக் காப்பாய்; "சநாதன புருஷன்" நீயெனக் கொண்டேன். 18

ஆதியும் நடுவும் அந்தமுமில்லாய், வரம்பிலா விறவினை; கணக்கிலாத் தோளினை; ஞாயிறுந் திங்களும் நயனமாகக் கொண்டனை; எரியுங் கனல் போலியலு முகத்தினை; ஒளியால் முழுமையுலகையும் கொளுத்து வாய்; இங்ஙன முன்னைக் காண்கிறேன். 19

(★ வலயம் – சக்கரம்)

வானத்துக்கும் பூமிக்கும் நடுவேயுள்ள இடைவெளியும் எல்லாத் திசையும் நின்னால் நிரப்புற்றிருக்கின்றன. உன்னுடைய அற்புதமும் உக்கிரமுமான இவ்வடிவத்தைக் கண்டு மூன்று உலகங்களும் சோர்வெய்துகின்றன. 20

இந்த வானவர் கூட்டமெல்லாம் நின்னுள்ளே புகுகின்றது. சிலர் அச்ச மெய்தி நின்னைக் கைகூப்பிப் புகழ்கின்றனர். மகரிஷிகளும் சித்தர்களு மாகிய கூட்டத்தார் நின்னை வண்மையுடைய புகழுரைகள் சொல்லிப் புகழ்கின்றனர். 21

★ ருத்திரர், ஆதித்யர், வசுக்கள், சாத்யர், விசுவே தேவர், அசுவினி தேவர், மருத்துக்கள், ஊஷ்மபர், கந்தர்வர், யக்ஷர், அசுரர், சித்தர், இக்கூட்டத்தார் களெல்லாரும் நின்னை வியப்புடன் நோக்குகின்றனர். 22

பெருந்தோளாய், பல வாய்களும், விழிகளும், பல கைகளும், பல கால்களும், பல வயிறுகளும், பல பயங்கரமான பற்களுமுடைய நின் பெரு வடிவைக் கண்டு உலகங்கள் நடுங்குகின்றன. யானும் அங்ஙனமே. 23

வானைத் தீண்டுவது, தழல்வது, பல வர்ணங்களுடையது. திறந்த வாய்களும் கனல்கின்ற விழிகளுமுடையது. இனைய நின் வடிவத்தைக் கண்டு விஷ்ணுவே, எனக்கு நிலைகொள்ளவில்லை. யான் அமைதி காண வில்லை. 24

அஞ்சு தரும் பற்களையுடைத்தாய், ஊழித் தீ போன்ற நின் முகங்களைக் கண்ட அளவிலே, எனக்குத் திசைகள் தெரியவில்லை; சாந்தி தோன்ற வில்லை. தேவர்களின் தலைவனே; வையகத்துக்கு உறைவிடம் ஆவாய்; அருள் செய்க! 25

இந்தத் திருதராஷ்டிரனின் மக்களெல்லாரும் மற்ற அரசக் கூட்டத்தார் களுடன் நின்னுள்ளே (புகுகின்றனர்). பீஷ்மனும், துரோணனும், சூதன் மகனாகிய இந்த கர்ணனும் நம்முடைய பக்கத்து முக்கிய வீரர்களும், 26

கொடிய பற்களுடைய பயங்கரமான நின் வாய்களில் விரைவுற்று வீழ்கின்றனர். சிலர் நின் பல்லிடைகளில் அகப்பட்டுப் பொடிபட்ட தலையினராகக் காணப்படுகின்றனர். 27

(★ இங்கு கூறப்படும் ருத்திரர் முதலானோர் தேவ வகுப்புகளாவார்)

பல ஆறுகளின் வெள்ளங்கள் கடலையே நோக்கி வந்து வீழ்வது போல் இந்த நரலோக வீரர் நின் சுடர்கின்ற வாய்களில் வந்து வீழ் கின்றனர். 28

விளக்குப் பூச்சிகள் மிகவும் விரவுடனெய்தி எரிகின்ற விளக்கில் வீழ்ந்து நாசமுறுதல் போல, உலகங்கள் மிகவும் விரைவுடன் நின் வாய்களில் வந்து விழுந்து நாசமடைகின்றன. 29

கனல்கின்ற நின் வாய்களால் எப்புறத்தும் எல்லா உலகங்களையும் நீ தீண்டுகிறாய். விஷ்ணு! நின் உக்கிரமான சுடர்கள் தங்கதிர்களால் வைய முழுதையும் நிரப்பிச் சுடுகின்றன. 30

உக்கிர ரூபந் தரித்த நீ யார்? எனக்குரைத்திடுக, தேவர்களிற் சிறந்தாய், நின்னை வணங்குகிறேன். அருள் புரி. ஆதியாகிய உன்னை அறிய விரும்புகிறேன். இங்கு உனது தொழிலை அறிகிலேன். 31

ஸ்ரீபகவான் சொல்லுகிறான்:

உலகத்தை அழிக்கத் தலைப்பட்ட காலமே நான் மனிதர்களை இங்குக் கொல்லத் தொடங்கியுள்ளேன். இங்கு இருதிறத்துப் படைகளிலே நிற்கும் போராட்கள் அனைவரினும் உன்னைத் தவிர வேறு யாரும் மிஞ்ச மாட்டார்கள். 32

ஆதலால் நீ எழுந்து நில்; புகழெய்து; பகைவரை வென்று செழிய ராஜ்யத்தை ஆள். நான் இவர்களை ஏற்கனவே கொன்றாய் விட்டது. ★இடக்கை வீரா, நீ வெளிக்காரணமாக மட்டும் நின்று தொழில் செய். 33

துரோணனையும், பீஷ்மனையும், ஜயத்ரதனையும், கர்ணனையும் மற்ற யுத்த வீரர்களையும் நான் கொன்றாய்விட்டது. (வெளிப்படையாக) நீ கொல்; அஞ்சாதே; போர் செய்; செருக்களத்தில் நின் பகைவரை வெல் வாய். 34

சஞ்சயன் சொல்லுகிறான்:

கேசவன் சொல்லிய இவ்வார்த்தையைக் கேட்டுப் பார்த்தன் மெய்ந் நடுக்கத்துடன் அஞ்சலி புரிந்தான். மீட்டும் கண்ணனை நமஸ்காரம் பண்ணி, அச்சத்துடன் வாய் குழறி வணங்கிச் சொல்லுகிறான். 35

(★ இடக்கைவீரன் – என்பது பார்த்தனுக்கு ஒரு பெயர்)

அர்ஜுனன் சொல்லுகிறான்:

★இருஷிகேசா! உன் பெருங்கீர்த்தியில் உலகங்களிப்பதும் இன்புறு வதும் பொருந்தும். ராட்சதர் அச்சமுற்றுத் திசைகளில் மறைகிறார்கள். சித்தக் குழாத்தினர் அனைவரும் நின்னை வணங்குகிறார்கள். 36

மகாத்மாவே! நின்னை எங்ஙனம் வணங்காதிருப்பார்? நீ ஆதி கர்த்தா. பிரம்ம னிலும் சிறந்தாய். அநந்தா, தேவேசா, வையத்தின் உறைவிடமே, நீ அழிவற்ற பொருள், நீ சத்; நீ அவற்றைக் கடந்த பிரம்மம். 37

நீ ஆதிதேவன், தொல்லோன், நீ இந்த அகிலத்தின் பரம நிலையம். நீ அறிவோன், நீ அறிபடு பொருள். நீ பரமபதம். அநந்த ரூபா நீ இவ்வுலகினுட் பரந்து கிடக்கிறாய். 38

நீ வாயு, யமன், அக்கினி, வருணன், சந்திரன், முப்பாட்டனாகிய பிரமன் நீ. உன்னை ஆயிரமுறை கும்பிடுகிறேன். மீண்டு மீண்டும் உனக்கு "நமோ நமோ;" 39

உன்னை முன்புறத்தே கும்பிடுகிறேன்; உன்னைப் பின்புறத்தே கும்பிடுகிறேன். எல்லாமாவாய், உன்னை எப்புறத்துங் கும்பிடுகிறேன். நீ எல்லையற்ற வீரியமுடையாய், அளவற்ற வலியுடையாய், சர்வத்தி லும் நிறைந்திருக்கிறாய்; ஆதலால் நீ சர்வன். 40

இப்படிப்பட்ட நின் பெருமையை அறியாமல் நின்னைத் தோழனென்று கருதித் துடிப்புற்று, "ஏ கண்ணா! ஏ யாதவா! ஏ தோழா!" என்று தவறு தலாவேனும் அன்பாலேனும் நான் சொல்லியிருப்பதையும், 41

விளையாட்டிலும், படுக்கையிலும், இருப்பிலும், உணவிலும், தனியிடத்தேனும், அன்றி (மற்றவர் முன்னே யெனினும்) நான் உனக்கு வேடிக்கையாகச் செய்திருக்கும் அவமதிப்புகளையும் அவற்றை யெல்லாம் பொறுக்கும்படி வேண்டுகிறேன், அளவற்றோய்! 42

சராசரமாகிய இவ்வுலகத்துக்கு நீ தந்தையாவாய், இவ்வுலகத்தால் தொழத்தக்கனை; மிகவும் சிறந்த குரு நீ. உனக்கு நிகர் யாருமில்லை, எனில் உனக்கு மேல் வேறு யாவர்? மூன்று உலகங்களையும் ஒப்பற்ற பெருமை உடையவனே! 43

(★ இருஷிகேசன் – (ரிஷிகேசன்) என்பது கண்ணனுக்கு ஒரு பெயர்)

ஆதலால், உடல் குனிய வணங்கி நின்பால் அருள் கேட்கிறேன். ஈசா, வேண்டுதற்குரியாய், மகனைத் தந்தை போலும், தோழனை தோழன் போலும், அன்பனை யன்பன் போலும் நீ என்னைப் பொறுத்தல் வேண்டும். 44

இதற்கு முன் காணாததை இன்று கண்டு மகிழ்ச்சியுறுகிறேன். எனினும், என் மனம் அச்சத்தால் சோர்கிறது. தேவா, எனக்கு, நின் முன்னை வடிவத்தைக் காட்டுக. தேவேசா, ஜகத்தின் நிலையமே, எனக்கருள் செய்க. 45

முன்போலவே, கிரீடமும், தண்டும் கையில் சக்கரமுமாக நின்னைக் காண விரும்புகிறேன். அகில மூர்த்தியே, ஆயிரந்தோளாய், முன்னை நாற்றோள் வடிவினை எய்துக. 46

ஸ்ரீபகவான் சொல்லுகிறான்:

அர்ஜுனா! யான் அருள்கொண்டு ஆத்ம யோகத்தால் எனது பரவடிவை நினக்குக் காண்பித்தேன். ஒளிமயமாய், அனைத்துமாய், எல்லையற்ற தாய், ஆதியாகிய இவ்வடிவத்தை இதற்கு முன் உன்னைத் தவிர வேறு யாரும் பார்த்ததே கிடையாது. 47

வேதங்களாலும், வேள்வியாலும், கல்விகளாலும், தானங்களாலும், கிரியைகளாலேனும், மனித உலகத்தில் என்னை இவ்வடிவத்தில் உன்னையன்றி வேறு யாராலும் பார்க்க முடியாது. குருகுலத்தில் சிறந்த வீரா! 48

இப்படிப்பட்ட என் கோர வடிவத்தைக் கண்டு கலங்காதே; மயங்காதே. அச்சம் நீங்கி இன்புற்ற மனத்துடன் எனது முன்னை வடிவத்தை இதோ பார். 49

சஞ்ஜயன் சொல்லுகிறான்:

இங்ஙனம் வாசுதேவன் அர்ஜுனனிடம் கூறி மீண்டும் தன் பழைய வடிவத்தைக் காட்டினான். அந்த மகாத்மா மறுபடி தன் இனிய வடிவமெய்தி அச்சமுற்றிருந்த பார்த்தனை ஆறுதல் கொள்ளச் செய்தான். 50

அர்ஜுனன் சொல்லுகிறான்:

ஜனார்த்தனா! நினது தண்மை பொருந்திய இம்மானிட வடிவத்தைக் கண்டு இப்போது யான் அமைதியுற்றேன். என் உணர்வு மீண்டது; இயற்கை நிலையெய்தினேன். 51

ஸ்ரீபகவான் சொல்லுகிறான்:

காண்பதற்கரிய என் வடிவத்தை இங்கு கண்டனை, தேவர்கள்கூட இவ்வடிவத்தைக் காண எப்போதும் விரும்பி நிற்கிறார்கள். 52

என்னை நீ கண்டபடி, இவ்விதமாக வேதங்களாலும், தவத்தாலும், தானத்தாலும், வேள்வியாலும் என்னைக் காணுதல் இயலாது. 53

பிறிதிடஞ் செல்லாத பக்தியால் மாத்திரமே என்னை இவ்விதமாக அறிதலும், உள்ளபடி காணுதலும், என்னுட் புகுதலும் இயலும். 54

என் தொழில் செய்வான், எனைத்தலைக் கொண்டோன்
என்னுடை அடியான், பற்றெலாம் இற்றான்
எவ்வுயிரி டத்தும் பகைமை யிலாதான்
யாவன், பாண்டவ! அவனென்னை எய்துவான் 55

இங்ஙனம் உபநிஷத்தும் பிரம்ம வித்தையும் யோக சாஸ்திரமும் ஸ்ரீ கிருஷ்ணார்ஜுன சம்பாஷணையுமாகிய ஸ்ரீமத் பகவத் கீதையில் 'விசுவரூப தரிசன யோகம்' என்ற பதினொன்றாம் அத்தியாயம் முற்றிற்று.

பன்னிரெண்டாம் அத்தியாயம்

பக்தி யோகம்

ஞான யோக, பக்தி யோகங்களுள், ஞான யோகம் தாமதித்தே பயனளிக்கும் என்றும், அதில் மனதை நிறுத்துவது கஷ்டமான தென்றும், பக்தி யோகமோ கடுகப் பலனையளிக்கு மென்றும், அதில் மனதை நிறுத்துவது சுலபமான தென்றும் கூறப்படுகிறது. பிறகு பக்தி யோகத்தைப் பெறுவதற்குரிய உபாயங்கள் கூறப்படுகின்றன, பக்தர்கள் பிறரிடத்தில் சிநேக பாவத்துடனும் அகங்காரமற்றும், இன்ப துன்பங் களைச் சமமாய் எண்ணியும், கிடைத்ததைக் கொண்டு திருப்தியுடனும் இருக்க வேண்டும். தன்னைப் பிறர் இகழ்ந்து பேசினாலும் புகழ்ந்து பேசினாலும் மனதில் மாறுதலடையக் கூடாது. இவ்விதமான பக்தர் களிடத்தில்தான் கடவுளுக்கு அதிகப் பிரீதி.

அர்ஜுனன் சொல்லுகிறான்:

இங்ஙனம் எப்போதும் யோகத்தமர்ந்து நின்னை வழிபடும் தொண்டர் களா, அல்லது நாசமற்ற "அவ்யக்த" வஸ்துவை வழிபடுவோரா, இவ்விரு திறத்தாரில் யோக ஞானத்திலே மேம்பட்டார் யாவர்? 1

ஸ்ரீபகவான் சொல்லுகிறான்:

என்னிடத்தே மனத்தைச் செலுத்தி நித்திய யோகிகளாய், உயர்ந்த நம்பிக்கையுடன் என்னை வழிபடுவோர் யாவரோ, அவர்களே

யோகத்தில் சிறந்தாரென நான் கருதுகிறேன். 2

இனி அழிவற்றதும், குறிப்பற்றதும், அவ்யக்தமும் (தெளிவற்றதும்), எங்கும் நிறைந்ததும், கருதொணாததும், நிலையற்றதும், அசைவற்றதும், உறுதி கொண்டதுமாகிய பொருளை யாவர் வழிபடுகின்றனரோ, 3

இந்திரியக் குழாத்தை நன்கு கட்டுப்படுத்தி எங்கும் சமபுத்தியுடையோராய், எல்லா உயிர்களுக்கும் நன்மை விரும்புவோராகிய அவர்களும் என்னையே அடைகிறார்கள். 4

ஆனால், "அவ்யக்தத்தில் மனம் ஈடுபட்டோர்க்குத் தொல்லையதிகம். உடம்பெடுத்தோர்" அவ்யக்த நெறியெய்துதல் மிகவும் கஷ்டம். 5

எல்லாத் தொழில்களையும் எனக்கெனத் துறந்து, என்னைப் பாரமாகக் கொண்டு, பிறழாத யோகத்தால் என்னை நினைத்து வழிபடுவோர் யாவரோ, 6

என்பால் அறிவைப் புகுத்திய அன்னோரை நான் மரண சம்சாரக் கடலினின்றும் விரைவில் தூக்கிவிடுவேன். 7

மனதை என்பால் நிறுத்தி; மதியை என்னுட் புகுத்து; இனி நீ என்னுள்ளே உறைவாய்; ஐயமில்லை. 8

என்னிடம் ஸ்திரமாக நின் சித்தத்தைச் செலுத்த நின்னால் முடியாதென்றால், பழகிப் பழகி என்னை அடைய விரும்பு. 9

பழகுவதிலும் நீ திறமையற்றவனாயின், என் பொருட்டுத் தொழில் செய்வதை மேலாகக் கொண்டிரு. என் பொருட்டுத் தொழில்கள் செய்து கொண்டிருப்பதனாலும் சித்தி பெறுவாய். 10

இதுவும் நின்னால் செய்யக்கூடவில்லை என்றால் என்னுடன் லயித்திருப்பதை வழியாகக் கொண்டு, தன்னைத்தான் கட்டுப்படுத்தி, எல்லாச் செயல்களின் பயன்களையும் துறந்துவிடு. 11

பழக்கத்தைக் காட்டிலும் ஞானம் சிறந்தது. ஞானத்தைக் காட்டிலும் தியானம் சிறந்தது. தியானத்தைக் காட்டிலும் செய்கைப் பயன்களைத் துறந்து விடுதல் மேம்பட்டது. அத்துறவைக் காட்டிலும் சாந்தி உயர்ந்தது. 12

எவ்வுயிரையும் பகைத்தலின்றி, அவற்றிடம் நட்பும் கருணையும் உடையவனாய், யானென்பதும் எனதென்பதும் நீங்கி, இன்பத்தையும் துன்பத்தையும் நிகராகக் கொண்டு பொறுமையுடையவனாய், 13

எப்போதும் மகிழ்ச்சியுடையவனாய், தன்னைக் கட்டியவனாய், திட நிச்சயமுடையவனாய் என்னிடத்தே மனத்தையும் மதியையும் அர்ப்பணம் செய்து என் தொண்டனாகிய யோகி எனக்கினியவன். 14

எவனை உலகத்தார் வெறுப்பதில்லையோ, உலகத்தாரை எவன் வெறுப்பதில்லையோ, களியானாலும் அச்சத்தாலும், சினத்தாலும் விளையும் கொதிப்புகளினின்றும் எவன் விடுபட்டானோ, அவனே எனக்கினியவன். 15

எதனையும் எதிர்பார்த்தலின்றித் தூயோனாய், திறமுடையோனாய், பற்றுதலற்றவனாய், கவலை நீங்கியவனாய், எல்லா ஆடம்பரத்தையுந் துறந்து என்னிடம் பக்தி செய்வோனே எனக்கினியவன். 16

களித்தலும், பகைத்தலும், துயர்ப்படுதலும், அவாவுறுதலும் இன்றி நன்மையுந் தீமையுந் துறந்த தொண்டனே எனக்கினியவன். 17

பகைவனிடத்தும், நண்பனிடத்தும், மானத்திலும், அவமானத்திலும், குளிரிலும், வெப்பத்திலும், இன்பத்திலும், துன்பத்திலும் சமப் பட்டவன் பற்றுவிட்டவன். 18

புகழையும் இகழையும் நிகராகக் கொண்ட மௌனி, யாது வரினும் அதில் மகிழ்ச்சியுறுவான், குறியற்றான், ஸ்திர புத்தியுடையான் இத்தகைய பக்தன் எனக்கினியவன். 19

இந்தத் தர்மரூபமான அமிர்தத்தை யான் சொல்லியபடி வழிபடுவோர், நம்பிக்கையுடையோர், என்னை முதலாகக் கொண்டோர், அத்தகைய பக்தர் எனக்கு மிகவுமினியர். 20

இங்ஙனம் உபநிஷத்தும் பிரம்ம வித்தையும் யோக சாஸ்திரமும் ஸ்ரீ கிருஷ்ணார்ஜுன சம்பாஷணையுமாகிய ஸ்ரீமத் பகவத் கீதையில் 'பக்தி யோகம்' என்ற பனிரெண்டாம் அத்தியாயம் முற்றிற்று.

பதின்மூன்றாம் அத்தியாயம்

க்ஷேத்ர – க்ஷேத்ரக்ஞ விபாக யோகம்

இதில் தேகம் ஆத்மா இவைகளுடைய சொரூபமும், இவைகள் ஒன்றோடொன்று சேர்வதற்குக் காரணமும் கூறப்படுகின்றன. தேகம் என்பது பிரகிருதியின் விகாரமாகும். அது ஐந்து பூதங்களும் பதினொரு புலன்களும் அடங்கியது. இத்தேகத்தின் சேர்க்கையால்தான் ஆத்மாவுக்கு அற்ப விஷயங்களில் விருப்பமும், இன்பம், துன்பம், கோபம், தாபம் முதலியவைகளும் உண்டாகின்றன. கைவல்ய நிலை பெற்ற ஆத்மாவுக்கு இவை ஒன்றும் இல்லை. அத்தகைய நிலையைப் பெற வேண்டுமானால் கர்வம், டம்பம் இவைகளை விடவேணும். ஆசாரியனைப் பணிந்து அவனருளால் தூய்மைப் பெற்று புலன்களை அடக்க வேண்டும். வேறு பலனைக் கோராமல் கடவுளைத் தியானிக்க வேண்டும். ஆத்மாவுக்கு உண்மையில் பிறப்பு இறப்பு கிடையாது. தேக சம்பந்தமே பிறப்பெனவும் அதன் பிரிவே இறப்பெனவும் கூறப்படும். அறிவற்ற தேகமானது ஆத்ம சம்பந்தத்தால் பற்பல காரியங்களைச் செய்கிறது. இவ்வித ஆத்ம சொரூபத்தைக் கர்ம யோகத்திலும், ஞான யோகத்திலும் பெறலாம். தாவர ஜங்கமங்களெல்லாம் ஆத்ம பிரகிருதியின் சேர்க்கையால் உண்டாகின்றன.

அர்ஜுனன் சொல்லுகிறான்:

★ பிரகிருதி, புருஷன், க்ஷேத்திரம், க்ஷேத்திரக்ஞன், ஞானம், ஞேயம் என்னுமிவற்றை அறிய விரும்புகிறேன். 1

ஸ்ரீபகவான் சொல்லுகிறான்:

குந்தி மகனே! இந்த உடம்பு க்ஷேத்திரம் என்று சொல்லப்படுகிறது. இதனை அறிந்து நிற்போனை க்ஷேத்திரக்ஞனென்று பிரம்ம ஞானிகள் சொல்லுகிறார்கள். 2

பாரதா! எல்லா க்ஷேத்திரங்களிலும் க்ஷேத்திரக்ஞன் நானே என்றுணர். க்ஷேத்திரமும், க்ஷேத்திரக்ஞனும் எவை என்றறியுஞ் ஞானமே உண்மையான ஞானமென்பது என் கொள்கை. 3

அந்த க்ஷேத்திரமென்பது யாது? எவ்வகைப்பட்டது? என்ன மாறுதல்களுடையது? எங்கிருந்து வந்தது? க்ஷேத்திரக்ஞன் யார்? அவர் பெருமை எப்படிப்பட்டது? இவற்றை நான் சுருக்கமாகச் சொல்லுகிறேன், கேள். 4

அது (க்ஷேத்திரம்) ரிஷிகளால் பல வகைகளிலே பலவேறு சந்தங்களில் பாடப்பட்டது. ஊகம் நிறைந்தனவும், நிச்சயமுடையவனவுமாகிய பிரம்ம சூத்திர பதங்களில் இசைக்கப்பட்டது. 5

மகா பூதங்கள், அகங்காரம், புத்தி, அவ்யக்தம், பதினோரிந்திரியங்கள், இந்திரிய நிலங்கள் ஐந்து, 6

வேட்கை, பகைமை, இன்பம், துன்பம், உடம்பு, உணர்வு, உள்ளத் துறுதி - இவையே க்ஷேத்திரமும் அதன் மாறுபாடுகளுமாம் என உனக்குச் சுருக்கிக் காட்டினேன். 7

கர்வமின்மை, டம்பமின்மை, இம்சை செய்யாமை, பொறுமை, நேர்மை, ஆசாரியனை வழிபடுதல், தூய்மை, ஸ்திரத்தன்மை, தன்னைக் கட்டுதல், 8

(★ பிரகிருதி – இயற்கை; புருஷன் – ஆத்மா; க்ஷேத்திரம் – இடம்; க்ஷேத்திரக்ஞன் – இடத்தை அறிவோன்; ஞானம் – அறிவு; ஞேயம் – அறியப்படு பொருள்.)

இந்திரிய விஷயங்களில் விருப்பமின்மை, அகங்காரம் இல்லாமை, பிறப்பு, இறப்பு, நரை, நோய், துக்கம், தோஷம் இவற்றின்கண் இசைந்த காட்சியுடைமை;   9

பற்றின்மை, மகனையும் மனைவியையும் வீட்டையும் தன்னுடைமை யெனக் கருதாமை, விரும்பியனவும், விரும்பாதனவும் எய்துமிடத்தே சமசித்தமுடைமை;   10

பிறழ்ச்சியற்ற யோகத்துடன் என்னிடம் தவறுதலின்றிச் செலுத்தப்படும் பக்தி, தனியிடங்களை மேவுதல், ஜனக்கூட்டத்தில் விருப்பமின்மை;
          11

ஆத்ம ஞானத்தில் எப்போதும் நழுவாமை, தத்துவ ஞானத்தில் பொருளுணர்வு - இவை ஞானமெனப்படும். இவற்றினின்றும் வேறுபட்டது அஞ்ஞானம்.   12

ஞேயம் எதுவென்பதைச் சொல்லுகிறேன். அதை அறிந்தால் நீ சாகாமல் இருப்பாய். அது அநாதியாகிய பரப்பிரம்மம். அதை சத் என்பது மில்லை, அசத் என்பதுமில்லை.   13

அது எங்கும் கைகால்களுடையது; எங்கும் கண்ணும் தலையும் வாயுமுடையது; எங்கும் செவியுடையது; உலகத்தில் எதனையும் சூழ்ந்து நிற்பது;   14

எல்லா இந்திரிய குணங்களும் வாய்ந்தொளிர்வது; எல்லா இந்திரியங் களுக்கும் புறம்பானது; பற்றில்லாதது; அனைத்தையும் பொறுப்பது; குணமற்றது; குணங்களைத் துய்ப்பது;   15

பூதங்களுக்கு உள்ளும் புறமுமாவது; அசரமும் சரமுமாவது; நுண்மை யால் அறிவரியது; தூரமானது; அருகிலிருப்பது;   16

உயிர்களில் பிரிவுபட்டு நில்லாமல் பிரிவுபட்டது போல் நிற்பது; அதுவே பூதங்களைத் தாங்குவது, அவற்றை உண்பது, பிறப்பிப்பது என்றறி.   17

ஒளிகளுக்கெல்லாம் அஃதொளி; இருளினும் உயர்ந்த தென்ப. அதுவே ஞானம்; ஞேயம்; ஞானத்தால் எய்தப்படு பொருள்; எல்லாவற்றின் அகத்திலும் அமர்ந்தது.   18

இங்ஙனம் க்ஷேத்திரம், ஞானம், ஞேயம் என்பவற்றைச் சுருக்க மாகச் சொன்னேன். என் பக்தன் இதையறிந்து எனது தன்மையை அடைகிறான். 19

பிரகிருதி, புருஷன் இவ்விரண்டும் அநாதி என்றுணர். வேறுபாடுகளும் குணங்களும் பிரகிருதியிலே பிறப்பனவென்றுணர். 20

காரிய காரணங்களை ஆக்கும் ஏது பிரகிருதி என்பர். சுக துக்கங்களை உணரும் ஏது புருஷனென்பர். 21

புருஷன் பிரகிருதியில் நின்றுகொண்டு, பிரகிருதியினிடம் பிறக்கும் குணங்களைத் துய்க்கிறான். குணங்களினிடம் இவனுக்குள்ள பற்றுதலே இவன் நல்லனவும் தீயனவுமாகிய ஜன்மங்களில் பிறப்பதற்குக் காரண மாகிறது. 22

மேற்பார்ப்போன்; அனுமதி தருவோன், சுமப்பான், உண்பான், மகேசுவரன் - இங்ஙனம் உடம்பிலுள்ள பரம புருஷன் பரமாத்மா வென்றே சொல்லப்படுகிறான். 23

இங்ஙனம் புருஷனையும், பிரகிருதியையும், அதன் குணங்களையு மறிந்தோன் எல்லா நெறிகளிலும் இயங்கு வானெனினும், அவனுக்கு மறுபிறப்பில்லை. 24

சிலர் ஆத்மாவில், ஆத்மாவால், ஆத்மாவை அறிகிறார்கள்; பிறர் சாங்கிய யோகத்தால் அறிகிறார்கள்; பிறர் கர்ம யோகத்தால். 25

இங்ஙன மறியாத மற்றைப் பிறர் அன்னியரிடமிருந்து பெற்ற சுருதி களை வழிபடுகிறார்கள். அவர்களும் அந்த சுருதிகளின்படி ஒழுகுவா ராயின் மரணத்தை வெல்வார். 26

பரதக் காளையே! ஸ்தாவரமாயினும், ஜங்கமமாயினும் ஓருயிர் பிறக்குமாயின், அது க்ஷேத்திரமும் க்ஷேத்திரஞனும் சேர்ந்தமையால் பிறந்ததென்றறி. 27

எல்லாப் பூதங்களிலும் சமமாக நிற்போன் பரமேசுவரன். அழிவன வற்றில் அவன் அழியான். அவனைக் காண்போனே காட்சியுடையான். 28

எங்கும் சமானமாக ஈசன் நிற்பது காண்பான். தன்னைத்தான் துன்பப் படுத்திக் கொள்ளமாட்டான். அதனால் பரகதி அடைகிறான். 29

எங்கும் தொழில்கள் இயற்கையாலேயே செய்யப்படுகின்றன. ஆதலால்தான் கர்த்தா இல்லையென்று காண்பானே காட்சியுடையான். 30

பலவகைப்பட்ட பூதங்கள் ஒரே ஆதாரமுடையன என்பதை அறிவானாயின், அப்போது, அதனின்றும் விஸ்தாரமான பிரம்மத்தை அடைகிறான். 31

ஆதியின்மையால், குணமின்மையால், இந்தப் பரமாத்மா கேடற்றான். இவன் உடம்பிலிருந்தாலும் செயலற்றான்; பற்றற்றான். 32

எங்குமிருந்தாலும் ஆகாசம் தன் நுண்மையால் பற்றற்று நிற்பதுபோல், உடம்பில் ஆத்மா எங்கணுமிருந்தாலும் பற்றுவதிலன். 33

சூரியன் ஒருவனாய், இவ்வுலக முழுதையும் எங்ஙனம் ஒளியுறச் செய்கிறானோ, அதுபோல் க்ஷேத்திரத்தையுடையோன் க்ஷேத்திர முழுதையும் ஒளியுறச் செய்கிறான். 34

ஞானக் கண்ணால் இவ்வாறு க்ஷேத்திரத்துக்கும் க்ஷேத்திரக்ஞனுக்கு முள்ள வேற்றுமையை அறிவோர் பூதபிரகிருதியினின்றும் விடுதலை பெற்றுப் பரம்பொருளை அடைகின்றனர். 35

இங்ஙனம் உபநிஷத்தும் பிரம்ம வித்தையும் யோக சாஸ்திரமும் ஸ்ரீ கிருஷ்ணார்ஜுன சம்பாஷணையுமாகிய ஸ்ரீமத் பகவத் கீதையில் 'க்ஷேத்ர—க்ஷேத்ரக்ஞ விபாக யோகம்' என்ற பதின்மூன்றாம் அத்தியாயம் முற்றிற்று.

பதினான்காம் அத்தியாயம்
குணத்ரய விபாக யோகம்

தேக சம்பந்தமே ஆத்மாவின் சுக துக்கங்களுக்கும் கோபதாபம் முதலிய குணங்களுக்கும் காரணமென்று முன்கூறிய விஷயம் இதில் விவரிக்கப்படுகிறது. உலகத்தைப் படைக்க எண்ணங்கொண்ட கடவுள் முதலில் பிரகிருதியையும் ஜீவனையும் சேர்க்கிறார். பிறகு பிரகிருதி ஆத்மாவின் மும்மை காமத்துக் கேற்ப தேவ மனுஷ்ய பசு பக்ஷி ரூபங் களைப் பெற்று சத்வ, ரஜஸ், தமோ குணங்களால் ஆத்மாவைப் பிணிக் கிறது. அவற்றுள் சத்வம் மனிதனுக்கு ஞானவொளியையும் நன்மார்க்கத் தில் விருப்பத்தையும் அளிக்கிறது. ரஜஸ், அவா, பற்றுதல் முதலிய குணங்களை யளித்து கர்மங்களில் தூண்டுகிறது. தமஸ் மயக்கம், சோம்பல், உறக்கம் முதலியவற்றையளிக்கிறது. இம்மூன்று குணங் களுள் ஒவ்வொன்றும் ஒவ்வொரு சமயங்களில் தலையெடுத்து நிற்கும். அப்போது மனிதனுக்கு அதற்கேற்ற குணங்கள் உதிக்கின்றன. முற் கூறிய கடவுளை தியானிப்போன் இம்மூன்று குணங்களையும் வென்று சித்தி பெறுவான்.

ஸ்ரீபகவான் சொல்லுகிறான்:

ஞானங்களனைத்திலும் மேலான பரம ஞானத்தை உனக்கு மீண்டும் உரைக்கிறேன். அதையறிந்து முனிவரெல்லாரும் இவ்வுலகத்திலேயே ஈடேற்றம் பெற்றிருக்கிறார்கள். 1

இந்த ஞானத்தையடைந்து அதனால் என்னியல்பு பெற்றோர் படைப்புக் காலத்தில் பிறவார். ஊழியிலும் சாகமாட்டார். 2

பெரிய பரப்பிரம்மமே எனக்காதாரம்; அதில் நான் கருத்தரிக்கிறேன். பாரதா! எல்லா உயிர்களும் அதிலேதான் பிறக்கின்றன. 3

எல்லாக் கருக்களிலும் பிறக்கும் வடிவங்களனைத்திற்கும் பிரம்மமே பெரிய காரணம். நான் விதை தரும் பிதா. 4

சத்துவம், ரஜஸ், தமஸ் இந்த குணங்கள் பிரகிருதியில் எழுவன. பெருந்தோளாய்! இவையே உடம்பினுடன் அழிவற்ற ஆத்மாவைப் பிணிக்கின்றன. 5

அவற்றுள்ளே சத்துவம் நிர்மலத் தன்மையால் ஒளி கொண்டது; நோவற்றது. பாவமற்றோய்! அது இன்பச் சேர்க்கையாலும், ஞானச் சேர்க்கையாலும் கட்டுப்படுத்துவது. 6

ரஜோ குணம் விருப்ப இயல்புடையது; அவாவின் சேர்க்கையால் பிறப்பது. குந்தி மகனே! அது ஆத்மாவைத் தொழிற் சேர்க்கையால் கட்டுகிறது. 7

தமோ குணம் அஞ்ஞானத்தில் பிறப்பதென்றுணர். (இதுவே) எல்லா ஜீவர்களையும் மயங்கச் செய்வது. தவறுதலாலும், சோம்பராலும், உறக்கத்தாலும் அது கட்டுப்படுத்துகிறது, பாரதா! 8

சத்துவம் இன்பத்திலே பற்றுதல் விளைவிக்கிறது. பாரதா! ரஜோ குணம் செய்கையில் பற்றுறுத்துகிறது. தமோ குணம் ஞானத்தைச் சூழ்ந்து (ஜீவனை) மயக்கத்தில் பிணிக்கிறது. 9

பாரதா! (சில வேளை) ரஜோ குணத்தையும், தமோ குணத்தையும் அடக்கி சத்துவம் இயல்கிறது. (சில வேளை) சத்துவத்தையும் தமோ குணத்தையும் அடக்கி ரஜோ குணம் நிற்கிறது. அங்ஙனமே, சத்துவத்தையும் ரஜோ குணத்தையும் அடக்கித் தமஸ் மிஞ்சுகிறது. 10

இந்த உடம்பில் எல்லா வாயில்களிலும் ஞான ஒளி பிறக்குமாயின், அப்போது சத்துவ குணம் வளர்ச்சி பெற்றதென்றறியக் கடவாய். 11

அவா, முயற்சி, தொழிலெடுப்பு, அமைதியின்மை, விருப்பம், இவை ரஜோ குணம் மிகுதிப்படுவதிலிருந்து தோன்றுகின்றன, பாரதர் காளையே! 12

ஒளியின்மை, முயற்சியின்மை, தவறுதல், மயக்கம், இவை தமோ குணம் ஓங்குமிடத்தே பிறப்பன, குருகுலச் செல்வமே! 13

சத்துவம் ஓங்கி நிற்கையிலே சரீரி இறப்பானாயின், மாசற்றனவாகிய உத்தம ஞானிகளின் உலகங்களை அடைகிறான். 14

ரஜோ குணத்தில் இறப்போன் கர்மப் பற்றுடையோரிடையே பிறக் கிறான். அவ்வாறே, தமசில் இறப்போன் மூட கர்ப்பங்களில் தோன்று கிறான். 15

சத்துவ இயல்புடைய நிர்மலத் தன்மையே நற்செய்கையின் பய னென்பர். ரஜோ குணத்தின் பயன் துன்பம். தமோ குணத்தின் பயன் அறிவின்மை. 16

சத்துவத்திலிருந்து ஞானம் பிறக்கிறது; ரஜோ குணத்தினின்றும் அவா; தமோ குணத்திலிருந்து தவறுதலும், மயக்கமும், அஞ்ஞானமும் தோன்றுகின்றன. 17

சத்துவ குணத்தில் நிற்போர் மேலேறுகிறார்கள். ரஜோ குணமுடை யோர் இடையே நிற்கின்றார்கள். தாமஸர் மிகவும் இழிய குணங்களும் செயல்களுமுடையோராய்க் கீழே செல்வர். 18

குணங்களைத் தவிர வேறு கர்த்தா இல்லையென்பதைக் கண்டு குணங்களுக்கு மேலுள்ள பொருளையும் ஜீவன் அறிவானாயின் என் இயல்பை அறிவான். 19

உடம்பிலே பிறக்கும் இந்த மூன்று குணங்களையுங் கடந்து பிறப்பு, சாவு, மூப்பு, வருத்தம் என்பனவற்றினின்றும் விடுபட்டோன் அமிர்த நிலையடைகிறான். 20

அர்ஜுனன் சொல்லுகிறான்:

இறைவனே, மூன்று குணங்களையுங் கடந்தோன் என்ன அடையாளங் களுடையவன்? எங்ஙனம் ஒழுகுவான்? இந்த மூன்று குணங்களையும் அவன் எங்ஙனம் கடக்கிறான்? 21

கடவுள் சொல்லுகிறான்:

ஒளி, தொழில், மயக்கம், இவை தோன்றும்போது இவற்றைப் பகைத் திடான்; நீங்கியபோது இவற்றை விரும்பான். 22

புறக்கணித்தான் போலேயிருப்பான், குணங்களால் சலிப்படையான், "குணங்கள் சுழல்கின்றன" என்றெண்ணி அசைவற்று நிற்பான். 23

துன்பத்தையும் இன்பத்தையும் நிகராகக் கொண்டோன், தன்னிலையில் நிற்பான், ஓட்டையும் கல்லையும் பொன்னையும் நிகராகக் காண்பான், இனியவரிடத்தும் இன்னாதவரிடத்தும் சமானமாக நடக்குந் தீரன், இகழ்ச்சியையும் புகழ்ச்சியையும் நிகராகக் கணிப்பான்; 24

மானத்தையும் அவமானத்தையும் நிகராகக் கருதுவான், நண்பரிடத்தும் பகைவரிடத்தும் நடுநிலைமை பூண்டான், எல்லாவிதத் தொழிலெடுப்புக்களையுந் துறந்தான் - அவனே குணங்களைக் கடந்தவனென்றும் சொல்லப்படுகிறான். 25

வேறுபாடில்லாத பக்தி யோகத்தால் என்னை வழிபடுவோனும் குணங்களைக் கடந்து பிரம்மத் தன்மை பெறத் தகுவான். 26

சாவும் கேடுமற்ற பிரம்மத்துக்கு நானே நிலைக்களன்; என்றும் இயலும் அறத்துக்கும் தனிமை இன்பத்துக்கும் நானே இடம். 27

இங்ஙனம் உபநிஷத்தும் பிரம்ம வித்தையும் யோக சாஸ்திரமும் ஸ்ரீ கிருஷ்ணார்ஜுன சம்பாஷணையுமாகிய ஸ்ரீமத் பகவத் கீதையில் 'குணத்ரய விபாக யோகம்' என்ற பதினான்காம் அத்தியாயம் முற்றிற்று.

பதினைந்தாம் அத்தியாயம்
புருஷோத்தம யோகம்

பிரகிருதி, ஆத்மா இவ்விரண்டையும் தன் வசப்படுத்திக் கொண்டு நிற்கும் கடவுள் எவ்விதத்திலும் இவைகளைவிட மேலானவர். ஆகையால் புருஷோத்தமனென்று பெயர் பெற்றிருக்கிறார். அரசம் வித்து முளையாகவும் கன்றாகவும் பிறகு பெரிய மரமாகவும் மாறி வானளாவி யிருப்பதுபோல் பிரகிருதியும் ஆத்மாவுடன் சேர்ந்து மகத்து, அகங்காரம், இந்திரியங்கள், ஐந்து பூதங்கள் என்பனவாக மாறிப் பிறகு தேவ மனுஷ்ய யக்ஷ ராக்ஷதாதி ரூபங்களுடன் எங்கும் பரவியிருக்கின்றது. இந்த பிரகிருதியாகிய மரத்தைப் பற்றில்லாமை என்ற கோடரியால் முதலில் வெட்டி முறிக்க வேண்டும். பிறகு அயர்வு நீங்கும் பொருட்டுக் கடவுளை சரணம் புகுந்து யோகத்திலிறங்க வேண்டும். சம்சாரி, முக்தன் என்று ஆத்மாக்கள் இரண்டு வகைப் பட்டவர்கள்; கடவுளோ இவ்விரண்டுவித ஆத்மாக்களைக் காட்டிலும் முற்றிலும் வேறுபட்டவர். அவரே உலகத்தில் மறைந்து நின்று உலகத்தைத் தாங்கி நிற்பவர்.

ஸ்ரீபகவான் சொல்லுகிறான்:

★அவ்யக்தம் - மேலே வேர்களும் கீழே கிளைகளுமுடையதோர் அரச மரத்தைப் போன்றது என்பர், அதன் இலைகளே வேதங்கள்; அதை அறிவோனே வேதமறிவோன்.

அதன் கிளைகள் குணங்களால் ஓங்கி விஷயத் தளிர்களுடன் கீழும் மேலும் பரந்து கிடக்கின்றன. அதன் வேர்கள் கீழ் நோக்கிப் பல்கி மனித உலகத்தில் கர்மத் தொடுப்புகளாகின்றன. 2

ஆதலால் இவ்வுலகத்தில் இதற்கு வடிவங் காணப்படுவதில்லை; முடிவும், ஆதியும், நிலைக்களனும் புலப்படுவதில்லை. நான்கு ஊன்றிய வேருடைய இந்த அரச மரத்தைப் பற்றின்மையென்னும் வலிய வாளால் வெட்டியெறிந்துவிட்டு; 3

அப்பால் ஒருவன் புகுந்தோர் மீள்வதற்ற பதவியைப் பெறலாம். (அப் பதமுடையோனாகிய) எவனிடமிருந்து ஆதித் தொழில் பொழி வுற்றதோ, அந்த ஆதி புருஷனைச் சார்ந்து நிற்கிறான். 4

செருக்கும் மயக்கமுமற்றோர், சார்புக் குற்றங்களையெல்லாம் வென் றோர், ஆத்ம ஞானத்தில் எப்போதும் நிற்போர், விருப்பங்களினின்றும் நீங்கியோர், சுக துக்கக் குறிப்புக்களையுடைய இரட்டைகளினின்றும் விடுபட்டோர், மடமையற்றோர் இன்னோர் அந்த நாசமற்ற பதத்தை எய்துகின்றனர். 5

அதற்கு சூரியனும் சந்திரனும் தீயும் ஒளியேற்றுவதில்லை. எதனை யெய்தினோர் மீள்வதில்லையோ அதுவே என் பரமபதம். 6

எனது அம்சமே ஜீவலோகத்தில் என்றுமுள்ள ஜீவனாகி, இயற்கையிலுள் ளனவாகிய மனதுட்பட்ட ஆறு இந்திரியங்களையும் கவர்கிறது. 7

கந்தங்களைக் காற்று தோய்வினால் பற்றிச் செல்வது போல் ஈசுவரன் யாதேனுமோருடலை எய்துங் காலத்தும் விடுங்காலத்தும், இந்த இந்திரியங்களைப் பற்றிச் செல்லுகிறான். 8

கேட்டல், காண்டல், தீண்டுதல், சுவை, மோப்பு, மனம் இவற்றில் நிலைகொண்டு ஜீவன் விஷயங்களைத் தொடர்ந்து நடக்கிறான். 9

(★ அவ்யக்தம் = ஜகத்தின் தெளிவுபடாத உள்நிலை)

அவன் புறப்படுகையிலும், நிற்கையிலும், உண்ணுகையிலும், குணங்களைச் சார்ந்திருக்கையிலும், அவனை மூடர் காண்பதில்லை. ஞான விழியுடையோர் காண்கின்றனர். *10*

முயற்சியுடைய யோகிகள் இவனைத் தம்முள்ளேயே காண்கின்றனர். முயற்சியுடையோராயினும் தம்மைத் தாம் சமைக்காத அஞ்ஞானிகள் இவனைக் காண்கிலர். *11*

சூரியனிடமிருந்து உலக முழுமைக்கும் சுடர் கொளுத்தும் ஒளியும், சந்திரனிடத்துள்ளதும், தீயிலுள்ளதும் - அவ்வொளி யெல்லாம் என்னுடையதே யென்றுணர். *12*

நான் பூமியினுட் புகுந்து உயிர்களை வீரியத்தால் தாங்குகிறேன்; ரச வடிவமுள்ள சோமமாகிப் பூண்டுகளையெல்லாம் வளர்க்கிறேன். *13*

நானே ★வைசுவாநரனாய், உயிர்களின் உடல்களைச் சார்ந்திருக்கிறேன். பிராணன், அபானன் என்ற வாயுக்களுடன் கூட நால்வகைப்பட்ட அன்னத்தை ஜீரணமாக்குகிறேன். *14*

எல்லாருடைய அகத்திலும் நான் புகுந்திருக்கிறேன். நிலைவும், ஞானமும், இவற்றின் நீக்கமும் - என்னிடமிருந்து பிறக்கின்றன. எல்லாத் தேசங்களிலும் அறியப்படும் பொருள் யான்; வேதாந்தத்தை ஆக்கியோன் யான்; வேதமுணர்ந்தோன் யானே. *15*

உலகத்தில் இரண்டு வகைப் புருஷருளர் - ★அக்ஷர புருஷன், க்ஷர புருஷன் என. க்ஷர புருஷன் என்பது எல்லா உயிர்களையும் குறிக்கும்; கூடஸ்தனே அக்ஷர புருஷன். *16*

இவரில் வேறுபட்டோன் உத்தம புருஷன். அவனே பரமாத்மா எனப்படுவோன். அவன் மூன்று உலகுகளினுட் புகுந்து அவற்றைத் தரிக்கிற கேடற்ற ஈசுவரன். *17*

★ வைசுவாநரன் = எல்லா நரரிடத்துமுள்ள கடவுள்

★ க்ஷரம் = அழிவது; அக்ஷரம் = அழியாதது; கூடஸ்தன் = சிகரத்திலுள்ளோன், மாறுதலற்றோன்

நான் அழிவு கடந்தோனாதலாலும், அக்ஷர புருஷனைக் காட்டிலும் சிறந்தோனாதலாலும், உலகத்தாராலும் வேதங்களாலும் புருஷோத்தமனென்று கூறப்படுகிறேன். 18

மடமை தீர்ந்தவனாய், எவன் யானே புருஷோத்தமனென்பதை அறிவானோ, அவனே எல்லா மறிந்தோன். அவன் என்னை எல்லாத் தன்மையாலும் வழிபடுகிறான். 19

குற்றமற்றோய்! இங்ஙனம் மிகவும் ரகசியமான இந்த சாஸ்திரத்தை உனக்கு உரைத்தேன். பாரதா! இதையுணர்ந்தோன் புத்திமானாவான்; ஆனே செய்யத் தக்கது செய்தான். 20

இங்ஙனம் உபநிஷத்தும் பிரம்ம வித்தையும் யோக சாஸ்திரமும் ஸ்ரீ கிருஷ்ணார்ஜுன சம்பாஷணையுமாகிய ஸ்ரீமத் பகவத் கீதையில் 'புருஷோத்தம யோகம்' என்ற பதினைந்தாம் அத்தியாயம் முற்றிற்று.

பதினாறாம் அத்தியாயம்
தெய்வாசுர சம்பத் விபாக யோகம்

முதற்கூறிய தத்துவங்களைத் தெய்வத் தன்மை வாய்ந்தவர்களே உணர்வார்கள். அசுரத் தன்மை வாய்ந்தவர்கள் அறியார்கள். தெய்வத் தன்மையுடையோர் மனது தெளிவுற்றிருக்கும். அவர் பிறருக்குத் தீங்கு செய்யார், கோபமறியார், பொறுமை இரக்கம் பெற்றிருப்பார். அசுரத் தன்மை யுடையோரே டம்பமும், கொழுப்பும், கர்வமும், கோபமும், அயர்வும் பொருந்தியிருப்பார். தெய்வத்தன்மை யுடையோர் சம்சார பந்தத்தினின்றும் விடுபடுவார். மற்றவரோ பின்னும் அதில் கட்டுப் படுவார். மேலும் அசுரத் தன்மையுடையோர் வையகம் பொய்யென்றும் ஈசுவரனற்றதென்றும் உரைப்பார்கள். தாங்களே இறைவனென்றும், தாங்களே வல்லவர்களென்றும், தாங்களே செல்வம் படைத்தவர்க ளென்றும், தங்களுக்கு நிகர் எவருமில்லையென்றும் எண்ணிக்கொண்டு கெட்ட காரியங்களைச் செய்து நரகத்தில் விழுவார்கள். அவர்களுக்கு சாஸ்திரத்தில் நம்பிக்கை கிடையாது. தெய்வத் தன்மை வாய்ந்தவர் களுக்கோ சாஸ்திரமே பிரமாணமாகும்.

ஸ்ரீபகவான் சொல்லுகிறான்:

அஞ்சாமை, உள்ளத் தூய்மை, ஞான யோகத்தில் உறுதி, ஈகை, தன்னடக்கம், வேள்வி, வேதங் கற்றல், தவம், நேர்மை;   1

கொல்லாமை, வாய்மை, சினவாமை, துறவு, ஆறுதல், வண்மை, ஜீவதயை, அவாவின்மை, மென்மை, நாணுடைமை, சலியாமை; 2

ஒளி, பொறை, உறுதி, சுத்தம், துரோகமின்மை - இவை தெய்வ சம்பத்தை எய்தியவனிடம் காணப்படுகின்றன, பாரதா! 3

டம்பம், இறுமாப்பு, கர்வம், சினம், கடுமை, அஞ்ஞானம் - இவை அசுர சம்பத்தை எய்தியவனிடம் காணப்படுகின்றன பார்த்தா! 4

தேவ சம்பத்தால் விடுதலையுண்டாம். அசுர சம்பத்தால் பந்தமேற் படும்; பாண்டவா, தேவ சம்பத்தை எய்திவிட்டாய்; துயரப்படாதே. 5

இவ்வுலகத்தில் உயிர்ப் படைப்பு இரண்டு வகைப்படும்; தேவ இயல் கொண்டது, அசுர இயல் கொண்டது. தேவ இயல் கொண்டதை விரித்துச் சொன்னேன். பார்த்தா! அசுர இயல் கொண்டதைச் சொல்லு கிறேன், கேள். 6

அசுரத் தன்மை கொண்டோர், தொழிலியல்பையும் வீட்டியல்பையும் அறியார். தூய்மையேனும், ஒழுக்கமேனும், வாய்மையேனும் அவர் களிடம் காணப்படுவதில்லை. 7

அவர்கள் இவ்வுலகம் உண்மையற்றதென்றும், நிலையற்றதென்றும், கடவுளற்றதென்றும் சொல்லுகிறார்கள். இது தொடர்பின்றிப் பிறந்த தென்றும், வெறுமே காமத்தை ஏதுவாக உடையது என்றும் சொல்லு கிறார்கள். 8

இந்தக் காட்சியில் நிலைபெற்று, அற்ப புத்தியுடைய அந்த நஷ்டாத் மாக்கள் உலகத்துக்குத் தீங்கு சூழ்வோராய், அதன் நாசத்துக்காகக் கொடிய தொழில் செய்கின்றனர். 9

நிரப்பவொண்ணாத காமத்தைச் சார்ந்து, டம்பமும், கர்வமும், மதமும் பொருந்தியவராய், மயக்கத்தால் பொய்க் கொள்கைகளைக் கொண்டு அசுத்த நிச்சயங்களுடையோராய்த் தொழில் புரிகிறார்கள். 10

பிரளயமட்டுந் தீராத எண்ணற்ற கவலைகளிற் பொருந்தி, விருப்பங் களைத் தீர்த்துக் கொள்வதில் ஈடுபட்டோராய், உண்மையே இவ்வளவு தான் என்ற நிச்சயமுடையோராய்; 11

நூற்றுக்கணக்கான ஆசைக் கயிறுகளால் கட்டுண்டு, காமத்துக்கும், சினத்துக்கும் ஆட்பட்டோராய்க் காம போகத்துக்காக அநியாயஞ் செய்து பொருட் குவைகள் சேர்க்க விரும்புகிறார்கள். 12

இன்று இன்ன லாபமடைந்தேன்; இன்ன மனோரதத்தை இனி எய்துவேன்; இன்னவையுடையேன்; இன்ன பொருளை இனிப் பெறுவேன். 13

இன்ன பகைவரைக் கொன்று விட்டேன்; இனி மற்றவர்களைக் கொல்வேன், நான் ஆள்வோன், நான் போகி, நான் சித்தன், நான் பலவான், நான் சுக புருஷன். 14

நான் செல்வன், இனப்பெருக்க முடையான், எனக்கு நிகர் யாருளர்? வேட்கிறேன்; கொடுப்பேன்; களிப்பேன் என்று அஞ்ஞானங்களால் மயங்கினோர், 15

பல சித்தங்களால் மருண்டோர், மோகவலையிலகப்பட்டோர், காம போகங்களில் பற்றுண்டோர் - இவர்கள் அசுத்தமான நரகத்தில் விழுகிறார்கள். 16

இவர்கள் தற்புகழ்ச்சியுடையோர், முரடர், செல்வச் செருக்கும் மதமுடையோர்; டம்பத்துக்காக விதி தவறிப் பெயர் மாத்திரமான வேள்வி செய்கின்றனர். 17

அகங்காரத்தையும், பலத்தையும், செருக்கையும், விருப்பத்தையும், இனத்தையும் பற்றியவர்களாகிய இன்னோர் தம் உடம்புகளிலும் பிற உடம்புகளிலும் உள்ள என்னைப் பகைக்கிறார்கள். 18

இங்ஙனம் பகைக்கும் கொடியோரை - உலகத்தில் எல்லாரிலும் கடைப்பட்ட இந்த அசுப மனிதரை, நான் எப்போதும் அசுரப் பிறப்புக் களில் எறிகிறேன். 19

பிறப்புத் தோறும் அசுரக் கருக்களில் தோன்றும் இம்மூடர், என்னை யெய்தாமலே மிகவும் கீழான கதியைச் சேர்கிறார்கள், குந்தியின் மகனே! 20

ஆத்ம நாசத்துக்கிடமான இம்மூன்று வாயில்களுடையது நரகம்; (அவையாவன) காமம், சினம், அவா, ஆதலால் இம்மூன்றையும் விடுக. 21

இந்த மூன்று இருள் வாயில்களினின்றும் விடுபட்டோன் தனக்குத் தான் நலந் தேடிக் கொள்கிறான்; அதனால் பரகதி அடைகிறான். 22

சாஸ்திர விதியை மீறி, விருப்பத்தால் தொழில் புரிவோன் சித்தி பெறான்; அவன் இன்பமெய்தான்; பரகதி அடையான். 23

ஆதலால், எது செய்யத் தக்கது, எது செய்யத் தகாதது என்று நிச்சயிப்பதில் நீ சாஸ்திரத்தைப் பிரமாணமாகக் கொள். அதையறிந்து சாஸ்திர் விதியால் கூறப்பட்ட தொழிலைச் செய்யக் கடவாய். 24

இங்ஙனம் உபநிஷத்தும் பிரம்ம வித்தையும் யோக சாஸ்திரமும் ஸ்ரீ கிருஷ்ணார்ஜுன சம்பாஷணையுமாகிய ஸ்ரீமத் பகவத் கீதையில் 'தெய்வாசுர சம்பத் விபா யோகம்' என்ற பதினாறாம் அத்தியாயம் முற்றிற்று.

பதினேழாம் அத்தியாயம்
சிரத்தாத்ரய விபாக யோகம்

அவரவர் குணங்களுக்கேற்ப சிரத்தையும் சாத்விகம், ராஜசம், தாமசம் என மூவகைப்படும். சாத்விக சிரத்தையுடையோர், சாஸ்திரத்தைத் தழுவித் தேவர்களை வணங்குவர். ராஜசச் சிரத்தையுடையோர் யக்ஷர்களையும் ராக்ஷதர்களையும் வணங்குவர். தாமச சிரத்தையுடையோர் பூத பிரேத பிசாசங்களை வணங்குவர். அவர்களுக்குக் கிட்டும் பலன்களும் குணங்களுக்குத் தக்கபடியே வேறுபட்டிருக்கும். அப்படியிருக்க சாஸ்திரத்தை மீறுவோரைப் பற்றிச் சொல்ல வேண்டியதில்லை. அவர்கள் நினைத்த பலன் கிட்டாதென்பது மாத்திரமன்று; அவர்களுக்குக் கேடுமுண்டாகும். அவரவர் குணங்களுக்கேற்ப உண்ணும் உணவும், செய்யும் தவமும், கொடுக்கும் தானமும் மூவகைப்பட்டிருக்கும்.

ஸ்ரீஅர்ஜுனன் சொல்லுகிறான்:

கண்ணா! சாஸ்திர விதியை மீறி, ஆனாலும் நம்பிக்கையுடன், வேள்வி செய்வோருக்கு என்ன நிலை கிடைக்கிறது? ஒளி நிலையா? கிளர்ச்சி நிலையா? அல்லது இருள் நிலையா? (சத்துவமா, ரஜசா, தமசா?) 1

ஸ்ரீபகவான் சொல்லுகிறான்:

ஜீவர்களிடம் இயற்கையால் நம்பிக்கை மூன்று வகையாகத் தோன்றுகிறது. சாத்வீகம், ராஜசம், தாமசம் என; அதைக் கேள். 2

பாரத! யாவருக்கும் தத்தம் உள்ளியல்புக்கு ஒத்தபடியாகவே நம்பிக்கை அமைகிறது. மனிதன் ★சிரத்தை மயமானவன். எவன் எந்தப் பொருளில் நம்பிக்கையுடையவனோ, அந்தப் பொருளே தான் ஆகிறான். 3

ஒளியியல்புடையோர் வானவர்க்கு வேள்வி செய்கின்றனர். ரஜோ குணமுடையோர், யக்ஷர்களுக்கும், ராக்ஷதருக்கும் வேள்வி செய்கிறார் கள். மற்றத் தமோ குணமுடையோர் பிரேத பூத கணங்களுக்கு வேள்வி செய்கிறார்கள். 4

(சிலர்) சாஸ்திர நியமத்தை மீறி, டம்பமும் அகங்காரமுமுடை யோராய், விருப்பத்திலும், விழைவிலும் சார்புற்றவர்களாய் கோரமான தவஞ் செய்கிறார்கள். 5

இங்ஙனம் அறிவு கெட்டோராய்த் தம் உடம்பிலுள்ள பூதத் தொகுதி களையும் அகத்திலுள்ள என்னையும் வருத்துகிறார்கள். இவர்கள் அசுர நிச்சய முடையோரென்றுணர். 6

ஒவ்வொருவருக்கும் பிரியமான உணவும் மூன்றுவகைப் படுகிறது. வேள்வியும், தவமும், தானமும், அங்ஙனமே மும்மூன்று வகைப்படு கின்றன. அவற்றின் வேற்றுமையைக் கேள். 7

உயிர், சக்தி, பலம், நோயின்மை, இன்பம், பிரீதி இவற்றை மிகுதிப் படுத்துவன, சுவையுடையன, குழம்பாயின, உறுதியுடையன, உள முகந்தன - இவ்வுணவு சத்துவ குணமுடையோருக்குப் பிரியமானவை. 8

கசப்பும், புளிப்பும், உப்பும், உறைப்பும் மிகுந்தன, அதிகச் சூடு கொண்டன, உலர்ந்தன, எரிச்சலுடையன - இவ்வுணவுகளை ரஜோ குணமுடையோர் விரும்புவர். இவை துன்பத்தையும் துயரையும் நோயையும் விளைப்பன. 9

(★ சிரத்தை = நம்பிக்கை)

பழையது, சுவையற்றது, அருகியது, கெட்டுப் போனது, எச்சில், அசுத்தம் - இத்தகைய உணவு தமோ குணமுடையோருக்குப் பிரியமானது. 10

பயனை விரும்பாதவர்களாய், வேள்வி புரிதல் கடமையென்று மனந் தேறி, விதிகள் சொல்லியபடி இயற்றுவாரின் வேள்வி சத்துவ குணமுடைத்து. 11

பயனைக் குறித்தெனினும், ஆடம்பரத்துக் கெனினும் செய்யப்படும் வேள்வி ராஜசமென்றுணர், பாரதரிற் சிறந்தாய்! 12

விதி தவறியது, பிறர்க்குணவு தராதது, மந்திரமற்றது, தக்ஷிணையற்றது, நம்பிக்கையின்றிச் செய்யப்படுவது - இத்தகைய வேள்வியைத் தாமசமென்பர். 13

தேவர், அந்தணர், குருக்கள், அறிஞர் இவர்களுக்குப் பூஜை செய்தல், தூய்மை, நேர்மை, பிரம்மசரியம், கொல்லாமை - இவை உடம்பைப் பற்றிய தவமெனப்படும். 14

சினத்தை விளைக்காததும், உண்மையுடையதும், இனியதும், நலங் கருதி யதுமாகிய சொல்லல், கல்விப் பயிற்சி இவை வாக்குத் தவமெனப் படும். 15

மன அமைதி, மகிழ்ச்சி, மௌனம், தன்னைக் கட்டுதல், எண்ணத் தூய்மை இவை மனத் தவமெனப்படும். 16

பயனை விரும்பாத யோகிகளால் மேற்கூறிய மூன்று வகைகளிலும் உயர்ந்த நம்பிக்கையுடன் செய்யப்படும் தவம் சாத்வீகமெனப்படும். 17

மதிப்பையும், பெருமையையும், பூஜையையும் நாடிச் செய்வதும், ஆடம்பரத்துக்காகச் செய்வதுமாகிய தவம் ரஜோ வெனப்படும்; அஃது நிலையற்றது; உறுதியற்றது. 18

மூடக் கொள்கையுடன் தன்னைத்தான் துன்பப்படுத்திக் கொண்டு செய்வதும், பிறரைக் கெடுக்குமாறு செய்வதுமாகிய தவம் தாமச மெனப்படும். 19

கொடுத்தல் கடமையென்று கருதிக் கைம்மாறு வேண்டாமல், தகுந்த இடத்தையும் காலத்தையும் பாத்திரத்தையும் நோக்கிச் செய்யப்படும் தானத்தையே சாத்விக மென்பர். 20

கைம்மாறு வேண்டியும், பயனைக் கருதியும், கிலேசத்துடன் கொடுக்கப்படும் தானத்தை ராஜசமென்பர். 21

தகாத இடத்தில், தகாத காலத்தில், தகாதார்க்குச் செய்யப்படுவதும், மதிப்பின்றி இகழ்ச்சியுடன் செய்யப்படுவதுமாகிய தானம் தாமச மெனப்படும். 22

"ஓம் தத் ஸத்" என்ற மும்மைப் பெயர் பிரம்மத்தைக் குறிப்பதென்பர். அதனால், முன்பு பிரமாணங்களும், வேதங்களும், வேள்விகளும் வகுக்கப்பட்டன. 23

ஆதலால், பிரம்மவாதிகள் விதிப்படி புரியும் வேள்வி, தவம், தானம் என்ற கிரியைகள் எப்போதும் "ஓம்" என்று தொடங்கி செய்யப்படு கின்றன. 24

"தத்" என்ற சொல்லை உச்சரித்துப் பயனைக் கருதாமல், பல வகைப் பட்ட வேள்வியும் தவமும் தானமுமாகிய கிரியைகள் மோக்ஷத்தை விரும்புவோரால் செய்யப்படுகின்றன. 25

"ஸத்" என்ற சொல் உண்மையென்ற பொருளிலும், நன்மையென்ற பொருளிலும் வழங்கப்படுகிறது. பார்த்தா! புகழ்வதற்குரிய செய்கையைக் குறிப்பதற்கும் ஸத் என்ற சொல் வழங்குகிறது. 26

வேள்வி, தவம், தானம் இவற்றில் உறுதி நிலையும் "ஸத்" எனப்படு கிறது. பிரம்மத்தின் பொருட்டாக செய்யும் கர்மமும் "ஸத்" என்றே சொல்லப்படும். 27

அசிரத்தையுடன் செய்யும் வேள்வியும், தானமும், தவமும், கர்மமும் "அஸத்" எனப்படும். பார்த்தா! அவை மறுமையிலும் பயன்படா; இம்மையிலும் பயன்படா. 28

இங்ஙனம் உபநிஷத்தும் பிரம்ம வித்தையும் யோக
சாஸ்திரமும் ஸ்ரீ கிருஷ்ணார்ஜுன சம்பாஷணையுமாகிய
ஸ்ரீமத் பகவத் கீதையில் 'சிரத்தாத்ரய விபாக யோகம்'
என்ற பதினேழாம் அத்தியாயம் முற்றிற்று.

பதினெட்டாம் அத்தியாயம்
மோக்ஷ சந்யாச யோகம்

சந்நியாச மென்றாலும், தியாக மென்றாலும் ஒன்றே. ஆனால், காம்ய கர்மத்தை அடியோடு விட்டுவிடுவது சந்யாசமென்றும், நித்திய நைமித்திக கர்மங்களில் பற்றுதலையும் பலனையும் துறப்பது தியாக மென்றும் அறிய வேண்டும். எல்லாக் கர்மங்களையும் விட்டுவிட வேண்டுமென்று சிலர் கூறுவார்கள். அது கீதையின் கருத்தன்று. நித்திய நைமித்திக கர்மங்களைச் செய்தே தீரவேண்டும். செய்யாவிடில் பாபம் நேரிடும். மனிதன் செய்யும் ஒவ்வொரு காரியத்துக்கும் ஈசுவரன் முக்கிய காரணமாவான். அப்படியிருக்கத் தானே அவற்றைச் செய்துவிடுவதாக நினைப்பவன் மூடன். ஞானம், கர்மம், உறுதி, இன்பம் என்றிவை ஒவ்வொன்றும் சாத்விகம், ராஜசம், தாமசம் என்று மூவகைப்பட்டிருக் கும். கடவுளைத் தமக்குரிய கர்மங்களால் ஆராதித்தால் சித்தி பெறலாம். இவ்விதம் கண்ணனுடைய உபதேசத்தைக் கேட்டு அர்ஜுனன் மயக்க மற்று நல்லறிவு பெற்றுப் போர் புரியத் தொடங்கினான் என்று சஞ்ஜயன் திருதராஷ்டிரனுக்குக் கூறினான்.

அர்ஜுனன் சொல்லுகிறான்:

உயர் புயத்தோய்! கண்ணா! கேசியைக் கொன்றாய், ★சந்யாசத்தின் இயல்பையும், தியாகத்தின் இயல்பையும் பிரித்துக் கேட்க விரும்புகிறேன். 1

ஸ்ரீபகவான் சொல்லுகிறான்:

விருப்பத்தால் செய்யப்படும் செய்கைகளைத் துறப்பது சந்யாசமென்று புலவர் தெரிந்துளர். எல்லாவிதச் செயல்களின் பலன்களையுந் துறந்துவிடுதல் தியாகமென்று ஞானிகள் கூறுவர். 2

சில அறிஞர் செய்கையைக் குற்றம் போல கருதி விட்டுவிட வேண்டும் என்கிறார்கள், வேறு சிலர் வேள்வி தானம், தவம் என்ற செயல்களை விடக்கூடாது என்கிறார்கள். 3

பாரதரில் சிறந்தவனே, புருஷப் புலியே! தியாக விஷயத்தில் நான் நிச்சயத்தைச் சொல்லுகிறேன்; கேள். தியாகம் மூன்று வகையாகக் கூறப்பட்டுள்ளது. 4

வேள்வி, தானம், தவம் என்ற செயல்களை விடக்கூடாது. அவற்றைச் செய்யவே வேண்டும். வேள்வியும், தானமும், தவமும் அறிவுடையோரைத் தூய்மைப்படுத்துகின்றன. 5

ஆனால், பார்த்தா! இச்செயல்களைக்கூட ஒட்டின்றியும், பயன்களை வேண்டாமலும் செய்ய வேண்டும் என்பது என் உத்தமமான நிச்சயக் கொள்கை. 6

★நியமத்தின்படியுள்ள செய்கையைத் துறத்தல் தகாது; மதிமயக்கத்தால் அதனை விட்டுவிடுதல் தமோ குணத்தால் நேர்வதென்பர். 7

உடம்புக்கு வருத்தம் நேருமென்ற பயத்தால் ஒரு செய்கையைத் துன்பமாகக் கருதி, அதனை விட்டுவிடுவோன் புரியும் தியாகம் ரஜோ குணத்தின் பாற்பட்டது. அதனால் அவன் தியாகப் பயனை அடைய மாட்டான். 8

★ சந்யாசம் = துறவு; தியாகம் = விடுதல்

★ நியமம் = ஒழுங்கு; சட்டம் = சாஸ்திர விதி

நியமத்துக் கிணங்கிய செய்கையை, இது செய்தற்குரியது என்னு மெண்ணத்தால் செய்து, அதில் ★ஒட்டுதலையும் பயன் வேண்டலையும் ஒருவன் விட்டுவிடுவானாயின் அவனுடைய தியாகமே சாத்விகம் எனப்படும். 9

சத்வ குணத்திலிசைந்து, மேதாவியாய் ஐயங்களையறுத்த தியாகி இன்ப முற்ற செய்கையைப் பகைப்பதில்லை; இன்பமுடைய செய்கையில் ★நசையுறுவதில்லை. 10

(மேலும்) உடம்பெடுத்தவனால் செய்கைகளை முழுதுமே விட்டுவிட முடியாது. எவன் செய்கைகளின் பயனைத் துறக்கிறானோ, அவனே தியாகி எனப்படுவான். 11

வேண்டப்படாதது, வேண்டப்படுவது, இரண்டும் கலப்பானது என மூன்று வகைப்பட்ட கர்மப் பயன்களைத் தியாகிகளல்லாதோர் இறந்த பின்னர் எய்துகின்றனர். சந்நியாசிகளுக்கு எங்கும் பயன் கிடைப்ப தில்லை. 12

எல்லாச் செயல்களும் நிறைவேறுதற்குரிய காரணங்கள் சாங்கிய சாஸ்திரத்தில் ஐந்தாகக் கூறப்பட்டன. அவற்றை என்னிடம் கேட்டுணர், பெருந் தோளாய்! 13

அவை இடம், ★ கர்த்தா, பலவிதக் கரணங்கள், வெவ்வேறு வகைப் பட்ட செயல் முறைகள், இயற்கை என ஐந்து. 14

மனிதன் உடம்பாலும், வாக்காலும், மனத்தாலும் எந்தச் செயலைத் தொடங்கினாலும், அது நியாயமாயினும், விபரீதமாயினும், இவ் வைந்துமே அச்செயலின் ஏதுக்களாம். 15

இங்ஙனமிருக்கையில் தனிப் பொருளாகிய ஆத்மாவைத் தொழில் செய்வோனாக எவன் புத்திக் குறைவால் காணுகிறானோ, அந்த மூடன் காட்சியற்றவனேயாவான். 16

★ ஒட்டுதல் = விருப்பம்

★ நசை = பற்றுதல்.

★ கர்த்தா = தொழில் செய்வோன்; கரணம் = கருவி உட்கரணங்களாவன; மனம், புத்தி, சித்தம், அகங்காரம்; புறக்கரணங்கள் புலன்களும் பூதக் கருவிகளுமாம், 'தைவம்' இயற்கை.

"நான்" எனுங் கொள்கை தீர்ந்தான், பற்றுதல்கள் அற்ற மதியுடையான். அவன் இவ்வுலகத்தாரையெல்லாங் கொன்ற போதிலும் கொலையாளியாகான், கட்டுப்பட மாட்டான். 17

அறிவு, அறியப்படு பொருள், அறிவோன் என இம்மூன்றும் செயல்களைத் தூண்டுவன. கருவி, செய்கை, கர்த்தா எனக் கர்மத்தின் சமைப்பு மூன்று பகுதிப்பட்டது. 18

குணங்களை யெண்ணுமிடத்தே, ஞானம், கர்மம், கர்த்தா, இவை குணபேதங்களால் இம்மூன்று வகைப்படும். அவற்றை உள்ளபடி கேள். 19

பிரிவுபட்டு நிற்கும் எல்லா உயிர்களிலும் பிரிவற்ற நாசமற்ற ஒரே இயல்பைக் காணும் ஞானம் சாத்வீகமென்றறி. 20

உயிர்களனைத்திலும் வெவ்வேறு வகைப்பட்ட பல இயல்புகள் இருப்பதாகப் பிரித்துக் காணும் ஞானம் ராஜசம் என்றுணர். 21

காரணங் கருதாமல், யாதேனும் ஒற்றைக் காரியத்தை அனைத்துமாகக் கருதிப் பற்றுத லெய்துவதும், உண்மையிலறியாததும், அற்பத் தன்மையுடையது ஆகிய ஞானம் தாமசமென்று கூறப்படும். 22

பயன்களை வேண்டாதா நொருவன் பற்றுதலின்றி, விருப்பு வெறுப்பின்றிச் செய்யும் விதி தழுவிய செய்கை சாத்விக மெனப்படும். 23

விருப்பங்களுக்கு வசப்பட்டவனால் அல்லது அகங்காரமுடையவனால் செய்யப்படும் மிகுந்த ஆயாசத்துக் கிடமான செய்கை ராஜசமெனப்படும். 24

செய்கையின் பின் விளைவையும், அதனால் பிறருக்கு நேரக்கூடிய நாசத்தையும் துன்பத்தையும் செய்வானது திறமையையும் கருதாமல், அறிவின்மையால் தொடங்கப்படும் கர்மம் தாமசமெனப்படும். 25

நசைகளற்றான், நானென்ப தற்றான்
உறுதியுங் களிதரும் ஊக்கமும் உடையான்,
வெற்றி தோல்வியில் வேறுபா டற்றான்
இங்ஙன மாகித் தொழில்க ளியற்றுவோன்
ஒளியியல் புடையானென்ப. 26

வேட்கையுடையோன், செய்கைப் பயன்களை விரும்புவோன், லோபி, இடர் செய்வோன், தூமையற்றோன், களிக்குந் துயிலுக்கும் வச பட்டோன் இவ்வண்ணமாகித் தொழில் செய்வோன் ரஜோ குணத்தானென்பர். 27

யோக நிலை பெறாதோன், அநாகரிகன், முரடன், வஞ்சகன், பொறாமை யுடையோன், சோம்பேறி, ஏக்கம் பிடித்தவன், காலத்தை நீடித்துக் கொண்டே போவோன் - இவ்வண்ணமாகித் தொழில் செய்வோன் தமோ குணமுடையர் எனப்படுவான். 28

குண வகையால் மூன்று விதமாகிய புத்தியின் வேற்றுமைகளையும், மிச்சமின்றிப் பகுத்துரைக்கிறேன் தனஞ்ஜயா! கேள். 29

தொழிலெது, ஒழிவு யாது, செய்யத் தக்கது யாது, தகாதது யாது, அச்ச மெது, அஞ்சாமை யெது, பந்தமெது, விடுதலையெது - என்பவற்றைப் பகுத்தறியும் புத்தியே, பார்த்தா! சாதிவிக புத்தியாம். 30

தர்மத்தையும் அதர்மத்தையும் காரியத்தையும் அகாரியத்தையும் உள்ளபடி அறியாத புத்தி ராஜச மெனப்படும், பார்த்தா! 31

பார்த்தா! இருளால் கவரப்பட்டதாய், அதர்மத்தை தர்மமாகக் கருது வதும் எல்லாப் பொருள்களையும் நேருக்கு மாறாகக் காண்பதும் ஆகிய புத்தி தாமச புத்தியாம். 32

மனம், உயிர், புலன்கள் இவற்றின் செயல்களைப் பிறழ்ச்சியில்லாத யோகத்துடன் தரிக்க வல்லதாகிய மன உறுதியே சாத்விகமாவது, பார்த்தா! 33

பார்த்தா! பற்றுத லுடையோனாய்ப் பயன்களை விரும்புவோன் அறம் பொருளின்பங்களைப் பேணுவதில் செலுத்தும் உறுதி ராஜச உறுதி யாம். 34

பார்த்தா, உறக்கத்தையும், அச்சத்தையும், துயரத்தையும், ஏக்கத்தையும், மதத்தையும் மாற்றத் திறமையில்லாத மூட உறுதி தமோ குணத்தைச் சார்ந்தது. 35

பாரதக் காளையே! இப்போது மூன்று விதமாகிய இன்பங்களைச் சொல்லுகிறேன், கேள். எதனிலே ஒருவன் பயிலப் பயில உவகை மிகுதி யுறப் பெறுவானோ, எதனில் துக்க நாச மெய்துவானோ; 36

எது தொடக்கத்தில் விஷத்தை யொத்ததாய் விளைவில் அமிர்த மொப்ப மாறுவதோ, அந்த இன்பமே சாத்விகமாகும்; அஃது தன் மதியின் விளக்கத்திலே பிறப்பது. 37

விஷயங்களிலே புலன்களைப் பொருத்துவதனால் தொடக்கத்தில் அமுதைப் போலிருந்து விளைவில் நஞ்சு போன்றதாய் முடியும் இன்பம் ராஜச மெனப்படும். 38

தொடக்கத்திலும் இறுதியிலும் ஒருங்கே ஆத்மாவுக்கு மயக்கம் விளைப்பதாய், உறக்கத்தினின்றும் சோம்பரினின்றும் தவறுதலி னின்றும் பிறக்கும் இன்பம் தாமசமென்று கருதப்படும். 39

இயற்கையில் தோன்றும் இம் மூன்று குணங்களினின்றும் விடுபட்ட உயிர் மண்ணுலகத்திலுமில்லை; வானுலத்தில் தேவருள்ளேயுமில்லை. 40

பார்திபா! பிராம்மணர் க்ஷத்திரியர், வைசியர், சூத்திரர் இவர்களுடைய தொழில்கள் அவரவரின் இயல்பில் விளையும் குணங்களின்படி வகுப்புற்றனவாம்; 41

அகக் கரணத்தை அடக்குதல், புறக் கரணத்தை அடக்குதல், தவம், தூய்மை, பொறுமை, நேர்மை, ஞானம், கல்வி, ஆத்திகம் - இவை இயல்பிலே தோன்றும் பிராம்மண கர்மங்களாகும். 42

சூரத் தன்மை, ஒளி, உறுதி, திறமை, போரில் புறங்காட்டாமை, ஈகை; இறைமை - இவை இயற்கையிலே தோன்றும் க்ஷத்திரிய கர்மங்களாம். 43

உழவு, பசுக் காத்தல், வாணிகம் இவை இயற்கையிலே பிறக்கும் வைசிய கர்மங்களாம். தொண்டு புரிதல் சூத்திரனுக்கு அவனியற்கை யாய் ஏற்பட்ட தொழில். 44

தனக்கு, தனக்குரிய கர்மத்தில் மகிழ்ச்சியுறும் மனிதன் ஈடேற்றம் பெறுகிறான். தனக்குரிய தொழிலில் இன்புறுவோன் எங்ஙனம் சித்தி யடைகிறானென்பதை சொல்லுகிறேன், கேள். 45

உயிர்களுக்கெல்லாம் பிறப்பிடமாய், இவ்வையகமனைத்திலும் நிறைந்திருக்கும் கடவுளைத் தனக்குரிய கர்மத்தால் பூஜை செய்யும் மனிதன் ஈடேறுகிறான். 46

பிறர்க்குரிய தர்மத்தை நன்கு செய்வதைக் காட்டிலும் தனக்குரிய தர்மத்தை குணமின்றி செய்தலும் நன்று. இயற்கையிலேற்பட்ட தொழிலைச் செய்வதனால் ஒருவன் பாவ மடைய மாட்டான். 47

குந்தி மகனே! இயல்பான தொழில் குறையுடையதாயினும் அதைக் கைவிடலாகாது. தீயைப் புகை சூழ்ந்திருப்பது போல் எல்லாத் தொழில் களையும் குறைகள் சூழ்ந்தே நிற்கின்றன. 48

யாங்கணும் வீழ்விலா மதியுடையோனாய், தன்னை வென்று விருப்பந் தவிர்த்து பின்னர்ச் செயலிலாப் பெரிதுயர்ந்த வெற்றியைத் துறவினால் எய்துவான். 49

சித்தி யடைந்தவன் எங்ஙனம் பிரம்மத்தில் கலப்பதாகிய மிகச் சிறந்த ஞான நிலை யெய்துவானென்பதைக் கூறுகிறேன், கேள். 50

தூய்மை பெற்ற புத்தியுடையவனாய், உறுதியால் தன்னைக் கட்டுப் படுத்தி, ஒலி முதலிய விஷயங்களைத் துறந்து, விருப்பு வெறுப்புகளை எறிந்து விட்டு; 51

தனி இடங்களை நாடுவோனாய், ஆசைகள் குன்றி வாக்கையும் உடம்பையும் மனத்தையும் வென்று தியான யோகத்தில் ஈடுபட்டு, எப்போதும் பற்றின்மையை நன்கு பற்றியவனாய்; 52

அகங்காரம், வலிமை, செருக்கு, காமம், சினம், இரத்தல் இவற்றை விட்டு, ★ மமகாரம் நீங்கி, சாந்த நிலை கொண்டவன் பிரம்மமாகத் தகுவான். 53

பிரம்மநிலை பெற்றோன், ஆனந்த முடையோன், துயரற்றோன், விருப்பற்றோன், எல்லா உயிர்களையும் சமமாக நினைப்போன், உயர்ந்ததாகிய என் பக்தியை அடைகிறான். 54

யான் எவ்வளவுடையோன், யாவன் என என்னையொருவன் உள்ளபடி பக்தியாலே அறிகிறான். என்னை உள்ளபடி அறிந்துகொண்ட பின்னர் "தத்" (அது) எனப்படும் பிரம்மத்தில் புகுவான். 55

எல்லாத் தொழில்களையும் எப்போதும் செய்து கொண்டிருந்தாலும், என்னையே சார்பாகக் கொண்டோன் எனதருளால் அழிவற்ற நித்திய பதவியை எய்துகிறான். 56

★ மமகாரம் = உடைமையுணர்ச்சி

அறிவினால் செயல்களையெல்லாம் எனக்கெனத் துறந்துவிட்டு, என்னிடத்தே ஈடுபட்டு, புத்தி யோகத்தில் சார்புற்று, எப்போதும் என்னைச் சித்தத்தில் கொண்டு இரு. 57

என்னை சித்தத்தில் கொண்டிருப்போனாய் எல்லாத் தடைகளையும் எனதருளால் கடந்து செல்வாய், அன்றி நீ அகங்காரத்தால் இதனைக் கேளாது விடுவாயெனில் பெரிய நாசத்தை அடைவாய். 58

நீ அகங்காரதிலகப்பட்டு, "இனிப் போர் புரியேன்" என்ற துணிவு பொய்மைப்பட்டுப் போம். இயற்கை உன்னைப் போரிற் பிணிக்கும்.
59

இயற்கையில் தோன்றிய ஸ்வகர்மத்தால் கட்டுண்டிருக்கும் நீ மயக்கத்தால் அதனைச் செய்ய விரும்பாயெனினும், தன் வசமின்றியேனும் அதைச் செய்யலாவாய். 60

அர்ஜுனா! எல்லா உயிர்களுக்கும் ஈசன் உள்ளத்தில் நிற்கிறான்; மாயையால் அவன் எல்லா உயிர்களையும் சக்கரத்திலேற்றிச் சுழற்று கிறான். 61

பாரதா! எல்லா வடிவங்களும் அவனையே சரணெய்து. அவனருளால் பரம சாந்தியாகிய நித்திய ஸ்தானத்தை எய்துவாய். 62

இங்ஙனம் ரகசியத்தாலும் ரகசியமாகிய ஞானத்தை உனக்குரைத்தேன். இதனை முற்றிலும் ஆராய்ச்சி செய்து எப்படி இஷ்டமோ அப்படிச் செய். 63

மீண்டுமொருமுறை எல்லாவற்றிலும் ஆழ்ந்த ரகசியமாகிய எனது பரம வசனத்தைக் கேள். நீ திடமான நண்பன் ஆதலால் உனக்கு ஹிதத்தைச் சொல்லுகிறேன். 64

உன் மனத்தை எனக்காக்குக. என் தொண்டனாகுக. என்னை யெய்துவாய். உண்மை இஃதே. உனக்கிது சபதமுரைக்கிறேன். நீ எனக்கினியை. 65

எல்லா அறங்களையும் விட்டுவிட்டு என்னயே சரண் புகு. எல்லாப் பாவங்களினின்றும் நான் உன்னை விடுவிக்கிறேன், துயரப்படாதே.
66

இதை எப்போதும் தவமிலாதோனுக்கும், பக்தியில்லாதோனுக்கும், கேட்க விரும்பாதோனுக்கும், என்பால் பொறாமையுடையோனுக்கும் சொல்லாதே. 67

இந்தப் பரம இரகசியத்தை என் பக்தர்களிடையே சொல்வேன். என்னிடத்தே பரம பக்தி செலுத்தி என்னையே எய்துவான்; ஐயமில்லை. 68

மானுடருக்குள்ளே, அவனைக் காட்டிலும் எனக்கினிமை செய்வோன் வேறில்லை. உலகத்தில் அவனைக் காட்டிலும் எனக்கு உகந்தவன் வேறெவனுமாகான். 69

நம்முடைய இந்தத் தர்மமயமான சம்பாஷணையை எவன் படிப்பானோ, அவன் செய்யும் அந்த ஞான யக்ஞத்தால் நான் திருப்தி பெறுவேன்; இஃதென் கொள்கை. 70

நம்புதல் கொண்டு, பொறாமை போக்கி, இதனைக் கேட்பது மட்டுமே செய்வானெனினும், அவனும் விடுதலையடைவான். அப்பால் புண்ணியச் செயலினர் நண்ணும் நல்லுலகங்க ளெய்துவான். 71

பார்த்தா! சித்தத்தை ஏகாந்தமாக்கி இதை நீ கேட்டு வந்தனையா? தனஞ்ஜயா, உன் அஞ்ஞான மயக்கம் அழிந்ததா? 72

அர்ஜுனன் சொல்லுகிறான்:

மயக்க மழிந்தது நின்னருளாலே அச்சுதா! நான் நினைவு அடைந்தேன்; ஐயம் விலகி நிற்கிறேன்; நீ செய்யச் சொல்வது செய்வேன். 73

சஞ்ஜயன் சொல்லுகிறான்:

இப்படி நான் வாசுதேவனுக்கும் மகாத்மாவாகிய பார்த்தனுக்கும் நிகழ்ந்த அற்புதமான புளகந் தரக்கூடிய அந்த சம்பாஷணையைக் கேட்டேன். 74

யோகக் கடவுளாகிய கண்ணன் இந்தப் பரம ரகசியமான யோகத்தைத் தான் நேராகவே சொல்லும்போது நான் அதை வியாசனருளால் கேட்டேன். 75

அரசனே! கேசவார்ஜுனரின் வியப்புக்குரிய புண்ய சம்பாஷணையை நினைத்து நினைத்து, நான் மீண்டும் மீண்டும் களிப்பெய்துகிறேன். 76

அரசனே! ஹரியின் மிகவும் அற்புதமான அந்த ரூபத்தை நினைத்து நினைத்து எனக்குப் பெரிய ஆச்சரியமுண்டாகிறது! மீண்டும் மீண்டும் களிப்படைகிறேன். 77

கண்ணன் யோகக் கடவுள், எங்குமுளன்,
வில்லினை யேந்திய விஜயன் தன்னோடும், அங்கு
திருவும் ஆக்கமும் வெற்றியும்
நிலை தவறாத நீதியும் நிற்கும்,
இஃதென் மதம்.
ஓம் தத்ஸத்.

– பகவத்கீதை முற்றுப் பெற்றது –